# *Gom Nhặt Thành Con Sông*
### *và những bài thơ mới*

Nhà xuất bản Nhân Ảnh

**Gom Nhặt Thành Con Sông
và những bài thơ mới**

Thơ Vy Thượng Ngã

Tái bản lần thứ nhất tại Hoa Kỳ, 2020
Trình bày: Nguyễn Thành & Lê Hân
Thiết kế bìa: Uyên Nguyên Trần Triết
Phụ bản: Khánh Trường & Đinh Cường
Đọc bản thảo: Nguyễn Quốc Vỹ
ISBN: 9781989993576
Copyright © 2020 by Vy Thuong Nga

Vy Thượng Ngã

# Gom Nhặt Thành Con Sông
*và những bài thơ mới*

Nhà xuất bản Nhân Ảnh
2020

*Thuở ấy thơ còn non mùi sữa...*
– Phạm Duy

# Mục lục

**Tâm tình nhỏ to**     13

**Gom Nhặt Thành Con Sông**
| | |
|---|---|
| Hãy kể anh nghe | 27 |
| Không đề 1 | 28 |
| Vì tôi lớn chậm | 29 |
| Đôi mươi rồi mở lòng đi em nhé | 30 |
| Không đề 2 | 32 |
| Không đề 3 | 33 |
| Đánh thức | 34 |
| Tình cho mượn | 36 |
| Xin làm người nghe em kể buồn vui | 38 |
| Tết và Em | 40 |
| Không đề 4 | 42 |
| Không đề 5 | 43 |
| Không đề 6 | 44 |
| Khoan dung | 45 |
| Không đề 7 | 46 |
| Nắng Sài Gòn | 47 |
| Dặn em | 48 |
| Không đề 8 | 50 |
| Không đề 9 | 51 |
| Không đề 10 | 52 |
| Không đề 11 | 53 |
| Đêm sao sáng | 54 |
| Đường về | 56 |
| Không đề 12 | 58 |
| Có những lúc | 59 |
| Không đề 13 | 60 |
| Tìm em mỏi mắt rã hình hài tôi | 61 |
| Hạnh phúc ta trong hạnh phúc người | 62 |

| | |
|---|---|
| Không đề 14 | 64 |
| Không đề 15 | 65 |
| Ngại đường về mưa làm lấm áo em | 66 |
| Đừng gọi em là công chúa | 68 |
| Không đề 16 | 70 |
| Không đề 17 | 71 |
| Khi nao người thấy nhớ ta không | 72 |
| Vui mãi chưa về đon đả thưa | 74 |
| Không đề 18 | 76 |
| Không đề 19 | 77 |
| Không đề 20 | 78 |
| Vì đời ngắn lắm ngại gì đan tay | 79 |
| Không đề 21 | 80 |
| Cho anh tay nắm nhé em | 81 |
| Không đề 22 | 82 |
| Ơn em | 83 |
| Không đề 23 | 84 |
| Sinh nhật em | 85 |
| Không đề 24 | 86 |
| Mai đây em lớn tình dành cho ai | 87 |
| Động | 88 |
| Em về với nỗi cô đơn | 89 |
| Là con gái | 90 |
| Khai tâm | 92 |
| Tôi lau hạnh phúc tôi xa | 94 |
| Đời tôi em chắc hiểu chưa | 95 |
| Trên đoạn tình già | 96 |
| Cúi đầu | 97 |
| Chương đời | 100 |
| Một mai nhìn lại | 102 |
| Trần gian còn mãi thương cùng nhớ | 104 |
| Bây giờ tôi biết tôi sao | 106 |
| Từ trong phẳng lặng sá gì ngát hương | 107 |
| Hoài công | 108 |

| | |
|---|---|
| Ngỡ đâu phải lòng nhau rồi | 109 |
| Nguyễn | 110 |
| Có những phút buồn khó gọi tên | 112 |
| Thơ cho bản thân những ngày nóng bức | 114 |
| Bài thơ còn ấm đau thương thiếu thời | 116 |
| Gót an nhiên trật long đong kéo tàn | 117 |
| Ai bảo | 118 |
| Bùa mê | 120 |

**Những Bài Thơ Chờ Ngày Thấy Mặt Trời**

**phần 1:** Đoản khúc ngày xanh    125

**phần 2:** Bài tập Thiền

| | |
|---|---|
| Khai kinh | 143 |
| Chân kinh | 144 |
| Trốn trong kinh | 145 |
| Nghe kinh | 146 |
| Đối diện | 148 |
| Tự khúc | 149 |
| Ngày vui có nghĩa tôi thôi chiều mình | 150 |
| Thà tôi sống cũng như ai | 151 |
| Đối thoại câm | 152 |
| Khúc thêm cho thời gian | 154 |
| Thao thức trắng | 155 |
| Thơ viết trong cơn say | 156 |

**phần 3:** Tự soi

| | |
|---|---|
| Phác họa tôi | 161 |
| Mười một tiểu khúc tự soi | 162 |

**phần 4:** Tình trong mỗi bước qua

| | |
|---|---|
| Sinh nhật tháng Sáu | 171 |
| Thời gian giăng mắc nỗi sầu riêng tôi | 172 |
| Khúc thêm cho ngày xanh | 174 |
| Nuôi người xanh giấc mơ | 176 |
| Nhân gian rộng lòng em đâu có hẹp | 177 |

| | |
|---|---|
| Em có bao giờ thử hỏi chưa | 178 |
| Dấu chân | 180 |
| Khi ngang qua thương đau | 182 |

**phần 5:** Tập hót ngoài tầm

| | |
|---|---|
| Tự vấn | 185 |
| Liên ngả đường ngây dại | 186 |
| Xuôi chiều tự do | 190 |
| Vòng vây chủ nghĩa | 192 |
| Cách chi em buồn hơn tôi | 194 |
| Những chiều của chúng ta | 196 |
| Khúc tháng Sáu | 199 |

**Đọc Gom Nhặt Thành Con Sông**

| | |
|---|---|
| Luân Hoán | 203 |
| Lê Hoàng Tuấn Kiệt | 205 |
| Từ tác giả | 207 |
| Từ bạn [hơi] thân | 209 |

## Tâm tình nhỏ to

Không ít lần tôi viết bài cảm nhận, lời tựa cho tác phẩm in riêng của bạn bè: khi đứng tên tôi hẳn hoi, lúc nấp sau lưng một người khác viết thay. Nhìn chung tôi viết dễ. Chỉ cần vin theo một ý rồi tán ra, sử dụng chút "tiểu xảo" thế là có bài viết mượt mà ngon lành. Hiếm lắm tôi mới cứng tay, nhưng lắt léo cách mấy, chừng đôi ba ngày sau đều nên hình nên dạng.

Nhân dịp tái bản, gõ những hàng chữ thay lời tựa tập thơ, tôi có phần nhát tay, đôi khi lấn cấn một chút. Bạn hãy tưởng tượng, tôi viết về mình như việc tôi dùng máy quay ghi hình hành trình của mình qua từng con đường: hoặc khó tường thuật, ngôn ngữ đông cứng lời ngọng nghịu; hoặc nói... nhiều do ở đó đâu hẳn vắng bóng người qua kẻ lại hay tẻ nhạt, chí ít cũng bắt gặp cành hoa ngọn cỏ ven đường. Bạn biết đấy, đa số người viết có tính... tham. Họ hay ôm đồm mọi sự, gắng lưu lại hết những từ ngữ, ý tưởng họ nhớ hòng nhét hết vào bài thơ, trang văn chống quên hoặc chẳng biết khi nào có dịp dùng tới. Tôi cũng không ngoại lệ. Lắm phen cao hứng, tôi sẽ dừng đâu đó nghỉ tạm, tả cảnh, viết lan man một chuyện lệch hẳn sự "tâm tình nhỏ to" đầu đề.

*

Tôi từng đặt ra lời hứa ngầm với bản thân sẽ không in gì thêm cho tới năm 2025, bất luận thơ hay truyện (tôi lấy cột mốc in tập thơ đầu tay *Gom Nhặt Thành Con Sông* năm 2018, năm 2020 đọc lại và tạm thời quả quyết như thế).

Hôm nhận tập thơ được in bìa cứng sang trọng, bóng loáng, thử người một chút, tôi chợt dâng suy nghĩ: Sao không tái bản ngay tại thời điểm này? Mình còn trẻ, sách vừa ra đã tuyên bố chấp nhận "lót đường", thì không cớ gì tiếc thêm vài viên gạch lót bước êm đỡ chới với! Chưa kể mình viết văn nữa, nhỡ thơ có xoàng hay vụng về non nớt thì văn sẽ "vớt" lại lòng tin nơi bạn đọc. Mấy ai hay cả thơ lẫn văn?! Cứ in, lâu lâu "nhá" trích đoạn truyện cho bạn đọc tò mò không là ý tưởng tồi.

Tái bản ở tôi là cách nói mang tính cường điệu, xen lẫn chuyện muốn "ngoi" lên một tí cho bạn bè xa gần biết [thơ] mình đang còn tồn tại giữa tình hình dần ít người mặn nồng chuyện đọc thơ, bởi: nhắc "thơ" là oải là chán rồi huống gì đọc, va vào mắt quá nửa là thơ dở bạt ngàn, bạn đọc chóng mặt không biết đâu là "sáng tạo" và đâu là "phá hoại". Ngay cả cá nhân tôi, nhiều khi giành giật sống chết để có vài ba tập thơ, hàng đến tay đọc qua loa tượng trưng rồi... xếp xó. Tâm lý thà mua, trưng chật phòng cũng được, hụt... uống; đôi ba trường hợp bắt gặp tác giả tương đối có tiếng, mà tên tác giả này tác giả kia nếu bán đúng giá sẽ cao, lần này giá hời dại chi không mua! Tôi tin hiếm bạn đọc nào đọc trọn vẹn một tập thơ, hay đọc liền mạch ngay lúc vừa mở ra.

Tập thơ *Gom Nhặt Thành Con Sông* được in lần đầu vào tháng 4/2018 thông qua Nhà xuất bản Nhân Ảnh – Hoa Kỳ. Ở lần in thứ nhất, tập thơ gồm 59 bài, chưa đầy 90 trang. Cầm cuốn sách, tôi thấy gáy bị mất chữ, tôi vội viết thư điện tử cho người bên Nhà xuất bản hỏi, thì đại diện công ty in ấn cho hay dưới 100 trang gáy có chữ trông xấu và rất nhỏ. Ngay lập tức, tôi bổ sung thêm 11 bài thành chẵn 70 bài. Thêm một ít lý do tôi rốt ráo cho in lại tập thơ vừa "ra tháng": ảnh chân dung bìa sau do chụp bằng điện thoại nên in ra ảnh bị vỡ nét, Nhà xuất bản đổi logo màu đỏ đẹp hơn. Vậy là, chưa đầy hai tháng, tập thơ *Gom Nhặt Con Sông* được mang đi "thẩm mỹ".

Thi hào người Mỹ – Walt Whitman với tập thơ *Lá Cỏ* được tái bản ít nhất 6 lần lúc sinh thời. Chợt nhớ câu chuyện trên khi nhen nhúm việc tái bản tập thơ, tôi muốn thực hiện kiểu bình cũ, nhưng rượu mới luôn được đổ thêm vào. Không dám đặt mình ngang hàng Walt Whitman, tôi thích cách làm của ông [theo suy đoán tương đối hợp lý phía tôi]: in tập mới lỡ cỡ, cứ "tái bản" bạn đọc đành bấm bụng mua xem trong đấy mới, đổi ra sao...

Lần tái bản đầu tiên đúng nghĩa này, tôi giữ trọn 70 bài đã in trong tập thơ trước, nhặt lỗi chính tả sơ ý để sót và sửa cho chỉn chu, giảm tối đa lỗi vặt vãnh khác. Song song chuyện dò lỗi – nhặt lỗi, tôi thực hiện thêm thao tác cần hạn chế và tránh đối với người sáng tác là tự tạo những dị bản cho tác phẩm của mình – như việc tách khổ các bài lục bát tôi viết một mạch theo cảm hứng, bỏ các dấu ngắt không cần thiết ở quá nửa những bài trong tập, bỏ cả các dấu ngắt ở nhan đề. Sự sửa chữa tùy hứng trên, với tôi không ảnh hưởng đến bài thơ hay mạch cảm xúc của bạn đọc đã đọc bản in đầu, đơn giản: tôi không sửa chữ nghĩa. Sở dĩ, tôi quyết định bỏ các dấu ngắt, bởi bản thân nhận ra những dấu ngắt ấy mang dấu vết của sự học hỏi vụng về thiếu tính "quy hoạch", lẫn lộn, sử dụng tùy hứng; sau là, quá trình độc giả đọc của các tác giả khác, họ đã có những "kinh nghiệm ngắt thầm", biết ngừng – nghỉ vị trí nào trong câu thơ, việc tôi để sẵn hóa thừa, lắm phen cái nhan nhản kia gây chối nữa!

Gác sang bên trần tình phần chỉnh sửa, tôi có bổ sung một ít bài, y boong hàng chữ được lập trình khi tái bản một cuốn sách: Tái bản lần thứ... có chỉnh sửa và bổ sung. Chữ "một ít" nghe nhẹ nhàng lắm, nhưng cũng vài ba chục bài, được sắp xếp theo từng mục mà tôi đã vạch ra từ khi còn là bản thảo riêng cho dự tính xa xôi.

Bảo là "những bài thơ mới", kỳ thực tôi đã viết

chúng không dưới một năm. Số ấy, tôi đã chọn ít bài đăng rải rác trong các tuyển tập thơ hợp chủ đề, hay chia sẻ riêng với bạn bè. Nương vào hàng ngũ đông đảo tác giả thuộc dòng "văn học ngăn kéo", tôi cũng giữ riêng cho mình những bài cần thiết thuộc góc bí mật. Sự khoe mẽ úp mở có toan tính, nhằm gieo vào suy nghĩ [sâu xa] của bạn đọc rằng có thể hắn ta (tác giả) sắp viết – đang viết – đã viết được gì đó hay ho mang tầm "kiệt tác", tới khi xuống lỗ sẽ được trình làng gọi là "di cảo". Đồng thời để thấy rằng, đứng trên góc độ khách quan ít ỏi của tác giả, "những bài thơ mới" không gây ảnh hưởng đến cuộc sống cá nhân ai nếu tôi lỡ mượn họ làm cảm hứng, là hình mẫu và là chất xúc tác cho các câu thơ thêm giàu cảm xúc. Can đảm phổ biến, chủ quan tôi chấm điểm "những bài thơ mới"... đọc được.

Tôi thuộc kiểu "nửa hiện đại, nửa truyền thống". Tôi ra sức ủng hộ cái mới hết mình, bản thân thể hiện điều đấy phần nào trong văn xuôi bằng một ít truyện ngắn vượt khỏi lối kể chuyện tuyến tính, hay kết thúc có hậu. Tréo ngoe thay trong thơ – thể loại tôi lựa chọn trước nhất – tôi lại viết thơ vần là chính. Run rủi thế nào, mỗi ý tưởng bột phát đều rơi vào khuôn khổ, điệu vần. Tôi luôn tự ủi an, thôi kệ, miễn ngôn từ mình dùng không cũ, sáo mòn hay lạm dụng từ Hán Việt là được. Cái tạng tôi nó thế, từ lúc đầu đọc thơ – viết thơ dựa vào khuôn khổ đã quen, đánh đồng thơ phải có vần. Hiện tại bên bờ đối khác, khát khao lắm, thèm lắm thoát khuôn khổ mà ngặt thay...

Thảng hoặc, tôi lấy làm buồn tủi một ít. Nhìn xung quanh, bạn văn của mình phần đông đều thủ mươi bài thơ tự do tượng trưng tấm vé thông hành bước vào cổng "[chịu khó] đổi mới", có bạn in hẳn tập thơ tự do. Ngó lại mình... toàn những câu dễ thuộc gây rung động lòng người ngay từ cái nhìn sơ sơ chưa đầy vài mươi giây. Xét trên trục thời gian, thơ tôi chẳng tiến, cũng chả lùi là bao. *Nó* ở yên đấy mà cất lên tiếng nói lẻ loi, hy vọng mong manh vói tay bắt được tần số leo lét ngút ngàn để tự phơi lòng mình thêm nữa. *Nó* bật thêm giọng lạc lõng, hòa vào hơi thở thời đại huyên náo nôn nao bứt phá khỏi vỏ bọc cũ. Vốn nhiều cái cựa nguậy dưới vòm trời bít bưng các cao ốc, không còn chỗ cho lãng mạn, vậy mà *nó* vẫn cứ đi, bất chấp dễ va phải nhiều gương mặt khác. *Nó* hít thở, *nó* sống, cầu mong *nó* ý thức mọi sự đã lỡ thì tự rã, rơi rụng độc lập, giấu ngượng ngùng cam chịu mà thấm đất chở mầm sống nay mai, đừng trộn lẫn với ai. Cái va chạm của *nó* với nhiều khuôn mặt *nó* bắt gặp, *nó* đánh hơi được đã là quá đủ cho hành trình vốn cần sự cô đơn và [sẽ] chết trong cô độc.

Một lần ngồi cafe cùng người bạn, bạn hỏi tôi chủ đề chung của *Gom Nhặt Thành Con Sông* là gì. Tôi ngớ người, lúng túng, kịp định thần rằng gói gọn trong chữ "Tình". Tất nhiên câu trả lời đột ngột ấy đến sau quá trình tập hợp thành bản thảo rồi mang in. Không ngoài phạm vi những người bạn văn tôi có dịp tiếp xúc, phần lớn họ viết bằng bản năng. Mà bản năng trong thơ vần, là sự kết hợp giữa cái vốn sẵn có từ ca dao, cộng chăm học luật, tập ghép vần,... rồi dần dần cũng sẽ lên tay. Việc in ấn thường là sự gom nhặt – chọn lọc từ hàng trăm bài đã viết, cân đong đo đếm sao cho đầy đặn, ít khi suy tư một chủ đề xuyên suốt, hay đuổi theo việc thể nghiệm một hình thức,... mà hoàn thành một tập dựa trên cái nền đã đổ.

Vượt 200 trang, cả thảy 100 bài thơ lớn nhỏ, chèn ít phụ bản giảm tính đơn điệu – điều đấy quả thật vừa quá tải lại tăng độ nhàm chán dành cho một tập thơ. Theo tôi, một tập thơ cõng từ 20 đến 30 bài là cầm vừa đủ êm tay, đọc không nhàm. Không lệch ý đồ của tác giả, *Gom Nhặt Thành Con Sông và những bài thơ mới* cũng được in với số lượng hạn chế, chủ yếu làm kỷ niệm, nhắc nhớ bản thân từng có quãng thời gian hết mình với thơ ca. Mang hình thức tập thơ tuyển, tác giả mong bạn đọc xí xóa tập thơ dày dặn khi so mặt bằng chung.

Đáng lẽ, tái bản là dịp tốt cho tác giả gạt những bài bây giờ đọc lại không còn thích, thậm chí ngây thơ, chất lượng kém khi đặt để thơ ngày trước với việc đọc

– tiếp nhận hôm nay, khi kinh nghiệm tác giả được đổ thêm vào, được học hỏi xa gần,… Thay vì lựa chọn có chủ đích, bỏ đi những bài vừa nêu, tôi muốn trật tự mọi thứ được để nguyên, có sửa đổi chỉ sửa phơn phớt hình thức; có như thế bản thân mới biết hổ thẹn, ra sức nỗ lực cho một tác phẩm thuộc thể loại khác trám đi mảng thơ đã rồi. Xuyên suốt tập thơ, thỉnh thoảng bạn đọc bắt gặp sự không thống nhất cách viết hoa đầu hàng ở một số bài thơ, câu thơ. Mong các bạn xí xóa độ vênh có chủ ý của tác giả.

Cuộc sống là sự vận động không ngừng, cái tích lũy hôm nay chưa chắc dùng được đến ngày mai, hệ mỹ học ngày một đổi khác. Tôi dám khẳng định tập thơ này xuất hiện nhan nhản, hay lui về ở ẩn trong một xó xỉnh hoặc góc nào đó… vẫn chẳng ảnh hưởng gì đến nền văn học nước nhà: cuộc sống vẫn chảy, dòng người cứ ngược xuôi, văn đàn thở phào nhẹ nhõm không trúng một trái bom nào làm rung chuyển tình hình chung có chiều ảm đạm. Cách tốt nhất để quên đi những gì mình viết ra, là góp nhặt (chọn lọc) và đem chúng đi xuất bản. Thay vì ủ dột nhìn mãi sinh ám ảnh sản phẩm mình chưa thật ưng ý, hãy quẳng nó ra đời, sau những va vấp, chúng chạm được con tim bạn đọc hay bị đào thải, đều do số phần của chúng, do người tạo ra chúng. Việc còn lại của tôi, dốc toàn bộ tâm sức cho những ý tưởng vừa lóe, viết, gõ cho mau hoàn chỉnh và thôi lăn tăn hình ảnh bản thảo thi thoảng cứ đập vào mắt thét gào...

*Gom Nhặt Thành Con Sông* và những bài thơ mới chào đời, đồng nghĩa tôi sớm khép lại con đường thơ của mình. Tình cảm, tấm lòng tôi dành cho thơ đã cạn và nguội lạnh, hay như nhà thơ Huy Cận từng viết: "Quanh quẩn mãi giữa vài ba dáng điệu" (*QUANH QUẨN*). Biết mình cứ quanh quẩn chưa tìm thấy lối, thà không thêm được gì mới khác cứ lui về lặng im "luyện chưởng" rục rịch chuyển mình, còn hơn cố chấp lún vào vũng lầy hình bóng cũ, cứ vẫy vùng chưa biết được cứu không, hay chỉ thấy mình càng chìm dần, chìm dần...

*Sài Gòn, mùa bão những ngày cuối tháng 9/ 2020;*
*chỉnh sửa – bổ sung bục mặt những ngày sau đó...*
**Vy Thượng Ngã (Nguyễn Quốc Vỹ)**


**<u>Tái bút:</u>**

Giữa những việc vất vả xác suất cao rơi về phía bất khả, sửa thơ nên được góp mặt trong hàng ngũ top 3 hoặc top 5 – 10. Giả sử sửa thơ đứng vị trí thứ hai, e rằng cần thành lập ngay Ban cố vấn gồm các chuyên gia cao cấp hòng chọn vị trí thứ nhất; trường hợp xấu đành để trống. Những ngày bản thảo nằm chờ được đánh thức và dàn trang, xong mớ việc, tôi lại đọc lần nữa con chữ mình sớm nhẵn mặt tưởng chừng chán chê. Đời không như mơ! Cái tưởng chừng đó kéo thêm "hệ lụy" tôi không lường tới: lòng chộn rộn sao đọc khúc này khúc kia nó lại chối quá, lọt ý kỳ khôi, chữ thì thô nhám,...! Phải viết lại, khó lòng sửa chữa trên cái móng đã ghìm sâu, đổ cứng. Câu thơ nấc cục cà giật kia thôi thúc tôi không ngừng vắt cạn tim óc mình, chấm dứt hẳn việc sửa chữa, buộc lòng viết mới. Trong đợi chờ sực tỉnh mầm hạnh phúc, tôi tạm thời yên tâm, lạc quan vui cười đã đỡ thấy khó chịu nhiều khi nhìn đám lâu la này, ít nhất thêm vài tháng tới nhỡ ngày đẹp trời đọc lại!

Đời sống thường nhật, tôi thuộc hạng dễ tính những khoản không cần dễ và trái khoáy, khó khăn – khó chịu – khó ở ở những chỗ không nên khó. Tôi ưa thích vào vai kẻ xuề xòa trong các buổi gặp mặt. Nếu thân thiết, tôi theo "chủ nghĩa giản dị": quần tà lỏn, áo thun, dép lào, chọn quán cóc; còn gặp bạn xã giao, quán xa nhà hoặc tiếp xúc với người nhỉnh tuổi hơn, tôi "nâng cấp" thành quần jean, áo thun tối màu – ít màu, hoặc sơ mi, dép da, ngồi quán có phòng lạnh. Sang địa hạt văn chương (nôm na Nguyễn Quốc Vỹ đã phân thân thành Vy Thượng Ngã), tôi như có thêm một nhân cách khác, phiên bản mới đối lập nét tính cách ngoài đời: thủ vai kẻ cầu toàn đẩy lên cực đoan, nhất nhất tìm cho được sạn từ chữ dùng trong thơ – văn mình. Lắm lúc tôi cũng cần đến sự trợ giúp của vài người bạn, do mình quen mặt sản phẩm tinh thần của bản thân, chuyện đọc lại – can thiệp đã là mất thiêng. Điều tai hại ấy tạo thành phản ứng ngược húc vào chính tôi: tôi không còn đọc sách với tâm lý thưởng thức cái hay cái đẹp, mà đọc chậm, như thể đang đọc morat, làm tên đồ tể soi mói lỗi vì... đam mê lẫn ám ảnh bởi một thời ì ạch kham công việc đọc bản thảo amateur tùy hứng.

Với những ấn phẩm cá nhân mang tính tổng kết, dấu ấn hành trình và thậm chí có tính chất "chốt số" một thể loại, tôi càng "kinh khủng" hơn: điển hình trường hợp hoàn thành bản thảo tập thơ này. Tôi lên ý tưởng thật chi tiết, cẩn thận cho người dàn trang từ thứ tự bài đến chọn phụ bản và xác định vị trí mình sẽ để phụ bản, rồi nội dung từng phụ bản có hợp nội dung tổng thể từng nhóm bài thơ không, chưa hình dung tranh mình sẽ chọn hay chẳng biết họa sĩ mình xin tranh có vẽ kiểu đấy không thì tôi ghi vắn tắt nội dung cho người dàn trang chọn lựa,...

Tập thơ được thành hình – nên dạng, công sức đầu tiên và lớn lao thuộc về người dàn trang, đã chịu khó đáp ứng các yêu cầu từ nhỏ tới lớn lắm khi cắc cớ phía tôi.

**Gom Nhặt Thành Con Sông**
(trọn vẹn tập thơ 70 bài đã xuất bản năm 2018)

Bìa bản in đầu *Gom Nhặt Thành Con Sông*; bìa Khánh Trường

## Hãy kể anh nghe

Hãy kể anh nghe về lớp học
Biết đâu hai đứa giống nhau sao!
Có khi chung nỗi niềm riêng nữa
Những vết thương nào chẳng buốt, đau

Hãy thở than đi bè bạn cũ
Cả lời hứa hẹn phỉnh đầu môi
Tin yêu phách lối chào nghi ngại
Xấu mặt nhìn nhau... thuở ấy ơi!

Hãy bật mí anh bè bạn mới
Anh nhờ cơn gió cõng buồn qua
Mượn lưng chiếc lá mà rong ruổi
Từ biệt muộn phiền với xót xa

Hãy tựa vào nhau truyền nước mắt
Anh xin giành hết cả phần em
Nụ cười đã lấm lem rồi đấy
Chớ trải lối vào dẫn dắt đêm.

## Không đề 1

Vì trời đất chẳng hiểu nhau
Nên chia đôi mãi thấp cao đóng đời
Nắng mưa rong ruổi cuộc người
Tỏ – mờ, tìm – trốn, ngược – xuôi dặm trường

Ta – em giữa vạn nẻo đường
Cùng chung thuộc đất, vạ cơn đọa đày
Đôi khi nắng có mưa bay
Lòng em biết có ta ngày nào không?!

## Vì tôi lớn chậm

Vì anh lớn chậm, bé ơi
Đánh đu tuổi trẻ chẳng đòi lớn thêm
Toòng teng từng giấc thần tiên
Vào trang cổ tích, hồn nhiên đón chờ

Bàn tay ngà ngọc sẵn đưa
Không tanh nhân thế, chẳng chua phận người
Không cay, đắng, chát, mặn đời
Chỉ toàn ngọt lịm, đủ mùi trẻ con

Vì anh nít nhỏ, sống mòn
Mắc từng sợi ảo – thực còn quẩn quanh
Thêm lần thấy được ngày xanh
Anh xin dâng tặng tuổi thanh xuân người

Nhặt nhạnh ký ức dần trôi
Tuổi thơ phung phí đánh rơi bên đường
Vì anh lớn chậm, cần thương
Ai hờ hững quá, bỗng dưng lòng buồn...

## Đôi mươi rồi mở lòng đi em nhé

Ta phải xấu, nhường phần xinh em hết
Khập khiễng ư? Phó mặc lắm nhỏ to
Ta con trai nhan sắc chả đáng lo
Em con gái hằng lưu tâm vặt vãnh

Ta chỉ có công danh và thử thách
Cả tương lai rào đón rộng con đường
Mém tí thôi quên kể lể yêu đương
Cùng chung vui toan tính bày nghiệt ngã

Em nho nhỏ bình thản bao mùa lá
Xuân Hạ Thu Đông tầm tã... chưa từng
Ta nặng mang lỉnh khỉnh thứ trên lưng
Oằn gian truân theo đường cong cột sống

Em tội ta không mênh mông bể rộng
Dáng người con con đứng thấp lè tè
Ngó lên trời cao mỏi mắt chán chê
Nhìn xuống trần ai vẫn chưa đủ lớn

Em thương ta không cái thằng cà chớn
Khoái chọc trêu mỗi lúc gõ cửa tình
Câu hỏi thăm thấy ghét mớ linh tinh
Yêu ngó lơ dù tim thèm sơ hở

Chân em bước tàn cây in gót đỏ
Lá me bay rung rinh nhẹ cành chào
Trút bờ vai tô vẽ những khát khao
Đôi mươi rồi mở lòng đi, em nhé!

## Không đề 2

Hôm nay tìm thấy thêm điều nữa
Bí mật xuôi tay thả ánh đời
Ẩn số cạn dần trong sớm muộn
Cùng nhau bật mí... chẳng còn vui

Hôm nay nhìn thấy em cười đó
Có chắc ngày mai tươi tắn hơn
Bước có chùn đi hay giữ nhịp
Lạc quan còn giữ nét tinh tươm?

## Không đề 3

Tôi con trẻ hiểu gì đâu sự lớn
Mà thường nghe sự dữ đến khôn cùng
Và có lẽ thiên thần thường gãy cánh
Để lưu đày thử thách giữa thâm cung.

## Đánh thức

Cầu vồng le lói đứng sau mưa
Anh đứng gần em lắm, biết chưa?
Đẩy đưa nghiệt ngã mang tình đến
Sợ thổi bay sau những lọc lừa

Nhớ nhìn phía trước, nghĩ tương lai
Lưu luyến chuyện xưa tiếc nhớ hoài
Một phút giây trôi thành lịch sử
Huống gì ngày tháng trở bàn tay

Nẻo đường dài ngắn đến con tim
Những ngõ quanh co dõi mắt tìm
Nếu lỡ không may quên dò hỏi
Thế nào đêm cũng bắt đền thêm

Xui xui hẻm cụt coi như chết!
Có ngả mỉm chi nhắc trớ trêu
Có quẩn quanh đời dâng khát vọng
Trưởng thành từ buổi giữa rong rêu

Bèo dạt ta tìm con nước cạn
Đôi chân trần biết khúc nông, sâu?
Em hai mươi tuổi… thơ ngây lắm
Còn mút kẹo mà, đoán được đâu!

### Tình cho mượn

Cho em mượn bờ vai và ánh mắt
Phút yếu lòng khi chợt thấy cô đơn
Đừng chê nhé đôi tay sần lãng tử
Chai lì theo đời gió bụi phong sương

Cho em mượn kịp vui cùng chúng bạn
Tuổi hai mươi đầy ắp những đua đòi
Cuộc chơi nảy vô thường bày sa ngã
Em trẻ mà, sao thấu được... như tôi!

Cho em mượn bóng hình dài dưới nắng
Cùng chở che, đi hết đoạn đường này
Đừng nghi hoặc con trai nào cũng vậy
Có người đúng ắt sẽ gặp kẻ sai

Cho mượn đấy! Em lo chi kì hạn
Kiếp trần ai dẫu mấy cũng về ngày
Không đánh đố nhiêu khê làm vướng bận
Cảm tạ đừng mang nặng kẻo không hay

Sợ nhiều lắm ngày kia thôi mượn nữa
Chán bờ vai, ánh mắt biếng môi cười
Lời giả dụ mong sao mình xàm bậy
Đừng ngậm ngùi theo lá rụng, đêm trôi…

## Xin làm người nghe em kể buồn vui
(Ngủ đi em...)

Trái đất không tròn như ta vẫn tưởng
Và cuộc đời cứ tiếp nối trôi... trôi...
Buồn mà chi đêm chẳng thể nào vơi
Có nguôi ngoai khi ngày mai chưa biết?

Trên mái đầu phản bội mình, ly biệt
Theo thời gian rơi rụng lặng lẽ người
Chấm phá lên hoang dại chút niềm vui
Ngại nhường nhau cùng một nhà sinh sống

Người với người hằng tị hiềm nhau lắm
Mượn nụ cười che lấp thói ganh đua
Đâu ai hay đằng sau những cợt đùa
Ngàn mũi lao, cung tên nhắm một hướng

Ngủ đi em dù quen mình ương bướng
Học đòi chi thành người lớn suy tư
Mỗi lo toan tôi buồn vẽ mắt thơ
Trầm giai nhân hòa điệu vần trĩu nặng

Ngủ đi em không gì đo biển mặn
Thử lòng người cạn sức chỉ hoài công
Nhân tình ơi buồn có đục màu sông
Nắng là tôi xin phủ ngàn tâm sự.

## Tết và Em

Chỉ nhắc tên Em là thấy Tết
Thảo nào cái nhớ dịu dàng gieo
Tình anh trẻ dại như mười tám
Dù đã hai mươi mốt, lẻ theo

Chỉ nhắc tên Em là thấy Tết
Đầu môi chót lưỡi bỗng trong veo
Nhẹ nhàng dâng sóng hân hoan đến
Hạnh phúc đợi mùa chín trái yêu

Hạnh phúc chẳng qua lời nán đợi
Những chờ, mong, ngóng dưỡng yêu đương
Xem như chớp mắt và cơn ngủ
Một thoáng, ban mai ngỏ sắc hương

Từng lóng tay xâu hàng giá lạnh
Bấm đốt thời gian lặng lẽ ngang
Cũng may không ở xa nhau lắm
Mà thấy phai phôi nhón gót choàng

Đối với anh hôm nào cũng Tết
Cũng canh khuya thức đón giao thừa
Thiếu bánh mứt cùng quần áo mới
Thiếu Em câu chúc ướp ngây thơ

Cái nhớ đầu năm nở điệu đàng
Cựa mình, lộc biếc nứt đoan trang
Hoa trái dậy thì nao nức giục
"Tết về cho kịp độ Xuân sang"[1]

"Xuân đến cho em thêm một tuổi"[2]
Tình có xôn xao gõ cửa lòng
Để anh còn cớ đa tình khép
Trái cửa tim hoang khóa vứt sông

Chỉ nhắc tên Em là thấy Tết
Ngồi đây bóng xế lắm u hoài
Ngày chia chi bóng cho đêm tủi
Đời sót xuân thì, bé bỏng vơi

Chỉ nhắc tên Em là thấy Tết
Xin người đừng nhắc, chỉ tôi thôi
Để Em còn hiểu ngoài cha mẹ
Ai biết thương Em hơn chính tôi!

---
[1] Ý thơ Tô Thùy Yên (1938 – 2019) trong bài *TA VỀ*.
[2] Thơ Nguyễn Bính (1918 – 1966) trong bài *XUÂN THA HƯƠNG*.

## Không đề 4

Ba tháng chia tay là mất tích
Kẻ còn nhớ giọng, đứa quên tên
Đám ấy giờ đây muôn vạn ngả
Gặp nhau chẳng biết lạ hay quen!

## Không đề 5

Thương em – oằn gánh đoạn trường
Buồn thâm vai chạm bước đường nhá nhem
Sầu cùng em, vui cùng em
Ly sinh chén dốc môi mềm cô đơn

Tôi giành hết những tai ương
Để em được vẹn yêu đương cuộc đời
Thương em mất cả thiếu thời
Chẳng sao, vẫn trọn bầu trời chở che.

## Không đề 6

Em rán giữ tình ta với nhé
Tương lai nặng nợ mắc lo xa
Sợ ngày kia đến... em đi mất
Chí lớn chẳng bù kịp xót xa.

**Khoan dung**

Tình tôi trót dại mênh mông
Chưa lần biết giữ trong lòng cho em
Tính còn con trẻ đua chen
Chóng vui, sớm chán – rủ ren đổi dời

Ngàn sao mấp mé trần đời
Muôn vàn toan tính lìa ngôi sẵn chờ
Tôi người dương thế khạo thờ
Nương theo trình tự những trò đùa đau

Thật thà nào đáng tội đâu
Mong em cảm động gật đầu làm tin!

## Không đề 7

Cũng có thể ta lầm em với gió
Chỉ thoáng qua lưu luyến tận chỗ nằm
Nhớ rộng lòng chia khắp đến trăm năm
Tim vội vã then cài thôi vướng bận.

## Nắng Sài Gòn

Nắng Sài Gòn có còn thơm hoài niệm
Buổi tan trường lóng ngóng bước chân đi
Tuổi ham chơi nên mãi chẳng chịu về
Đâu biết được một mai là... dang dở!

Thương muốn chết, cam tâm, đừng làm bộ
Cổng đông người chờ đợi kẻ dần thưa
Dẫu mỏi mòn chỉ mỗi một tiểu thơ
Sá chi nắng ưu tư choàng nếp vải

Khát bàn tay lắm rụt rè, e ngại
Chạm vô tình đầy đánh đố con tim
Bao ước mong kề cận với nỗi niềm
Hãy cất tiếng, nhờ thời gian thách thức

Để hôm nay nhìn ngày qua ngỗ nghịch
Nít quỷ mà thi thoảng cũng dễ thương
Tôi thương dễ, riêng người thì chả biết
Lại lâu lâu cắc cớ chuyện yêu đương.

## Dặn em

Noel đang kề đó
Tết se mình sắp về
Nhỏ vui chăng hở nhỏ
Thêm một tuổi xuân thì

Đã thôi còn mút kẹo
Tóc đuôi sam e dè
Mong giữ hoài thục nữ
Dịu dàng, nhớ đấy nhe!

Noel trời trở lạnh
Gió bướng bỉnh trêu người
Lễ này không quà tặng
Lớn rồi, biết có vui?

Lì xì Tết ít hẳn
Vơi bớt theo thời gian
Bạn bè trăm ngả rẽ
Ai ngồi nghe thở than

Dòng đời cứ trôi, trôi
Tình người mỗi ngày vơi
Ai ngồi nghe em kể
Nỗi sầu trên khóe môi

Hạnh phúc đỗi mong manh
Như định luật tuần hoàn
Như bốn mùa luân chuyển
Mặc ai níu tuổi xanh
Mặc ai đang khổ sở
Mắt lệ tuôn thành dòng
Dẫu héo mòn, khốn khó
Gom nhặt thành con sông

Em đừng sợ mùa Đông
Ngại mùa Xuân sẽ đến
Giấu giếm sợ ly biệt
Tội tình chi, nghe em

Kiếp này anh bị phạt
Hành án tù chung thân
Nguyện bên em thật gần
Dù thế gian đổ sụp
Không rời nửa bước chân!

## Không đề 8

Em con gái tinh anh tình yêu đến
Ai thích thầm, nắm hết chỉ làm lơ
Trông làm bộ mà lòng cũng rán chờ
Chút cao giá và ngu ngơ... rõ khéo!

Câu chối từ để lâu thường bị ghẹo
Nếu nói liền tội nghiệp lắm, biết không
Tuy các anh lừng lẫy giữa núi sông
Nhưng lạc lõng giữa lời yêu thú nhận

Có dễ chi một dịp toang cửa ngực
Cố mong người đi đến cuối đường đau
Chỉ một đường mặc ngả rẽ vẫy chào
Ta từng đã một thời sầu nghi hoặc.

## Không đề 9

Chừng một hai năm chắc em quên
Ý thơ phai nhạt chẳng còn duyên
Em có đôi lần rung động cũ
Kiếp tôi thi sĩ mãi không tên...

## Không đề 10

Không giờ – em ngủ, tôi chưa
Lo kỳ thi đến, đổ thừa tại em!
Đổ thừa giấu nắng vào đêm
Đi gom nhung nhớ tôi thêm chán chường
Tính tôi kỳ lắm, ai thương
Buộc em cái tội trăm đường khổ nhau

Vì tôi đất thấp, em cao
Thương sao dám ngỏ, thao thao: Quen rồi!
Nhớ như gió thoảng mấy hồi
Huống chi yêu cũng song đôi dễ lìa

Mắt môi u ẩn lối về
Dù hàng trụ điện chẳng hề tối tăm
Mưa tích tách, mưa lâm râm
Bên tai rỉ rả ngấm ngầm buốt đau

Sức nào với nổi tình đâu
Vu vơ là cớ huyệt sâu khối tình.

## Không đề 11

Đời tôi em nói không sai
Vô duyên tiền kiếp, đầu thai lẫy lừng.

# Đêm sao sáng

Em bảo đêm nay chẳng thấy sao
Trốn tìm mải miết, nấp nơi nào
Ẩn mình chờ đợi điều chi nữa
Nhất định chưa thèm rực sáng cao

Có một vì sao nao nức giục
Hay đâu chờ đợi cũng hoài công
Giấu khát khao thầm thao thức vỗ
Trăm năm vọng lại... có buồn không?

Sao em ăn hiếp ngôi sao bé
Mi mắt chớp chi chúng sợ kìa
Ngoan nhé, nghe lời vờ khép chặt
Cho ngôi sao tỏ trên nền khuya

Tôi dõi đời qua vạn bước chân
Lời ăn tiếng nói thoáng tần ngần
E dè ôm ấp môi cười ngượng
Trổ nụ hiền từ khắp nhánh Xuân

Em tôi còn bé nên chưa biết
Tay vén màn đêm lật thói đời
Không nỡ tuồng chèo thôi đất diễn
Khoác tay Tạo hóa chút đùa vui

Rớt vai dành sẵn người thua thiệt
Thất thế cuộc chơi ngã ngựa về
Tám hướng, bốn phương ngần ngại sáng
Ngủ ngoan em nhé, thả mơ đi…

## Đường về

Anh chỉ trách đường về sao ngắn quá
Phút bên em chừng đấy chẳng là bao
Muốn cất thêm vơ vẫn thật ngọt ngào
Tình chưa tới, hay lòng mình... ngường ngượng?

Lòng ôm ấp khoảng trời thơm mộng tưởng
Buổi sáng nào cũng ngỡ mới sang Xuân
Đường chim bay nhung nhớ lánh điểm dừng
Cho bất diệt chạy dài thôi vương vướng

Lòng khâu khíu nụ cười ngoan mường tượng
Sợ em tìm ra nét chỉ non tay
Đi sượng sùng chắp vá rối bời thay
Giá Chủ nhật lấp đầy loang hết tháng

Để mỗi hôm đều ra ngày lãng mạn
Để mỗi chiều thành những lúc chung vui
Đừng ngủ chi mà hãy sống quên đời
Đem phiền muộn lên hàng mi, sóng mắt

Em cứ chớp cho sầu dâng héo hắt
Cong cong oằn theo luân vũ thời gian
Điều không may xin gãy khúc ly tan
Anh đệm phím xua buồn vươn tay với…

## Không đề 12

Bàn tay kỷ niệm thơm mùi tóc
Quên lãng dập bầm phút sướng vui
Quá khứ – ước chi giờ ngắn lại
Cánh tay dài nỗi tiếc khôn nguôi.

## Có những lúc

Cũng có lúc em hiền như chú thỏ
Ta động lòng muốn nhỏ nhẹ đứng bên
Dẫu toan tính dễ dàng đi chăng nữa
Vẫn mịt mờ như chuyện lẫn trắng đen

Sẽ có lúc em buồn và mít ướt
Thì ngại chi mở khóa sạch rèm mi
Hãy mặc nước tuần hoàn theo quy luật
Mắc bộn bề, buồn thoáng chốc hao đi

Cũng đôi lúc em thì thầm – lơ đễnh
Chắc quen rồi những trận lũ, cơn dông
Ta nào biết vướng phải vô tâm lắm
Khi cơn đau báo hiệu thở mệt tâm

Ta mong em như mèo ngoan bé bỏng
Lúc cựa mình đã sẵn tấm thân kề
Chẳng đủ rộng choàng vừa em hơi ấm
Phủ dụ mình: vòng tay trọn chở che...

## Không đề 13

Dẫu ngàn cách trở theo sương xuống
Vẫn rộng vòng tay che chở người
Ngoài ấy xô bồ, toan tính lắm
Tựa vào lòng, yếu mềm cùng tôi.

## Tìm em mỏi mắt rã hình hài tôi

Tôi đi tìm bóng dáng quen
Từ trong vô thức tràn mênh mông đời
Gấp trang tơ tưởng bồi hồi
Bước lên hư ảo nhọc rời tỉnh mê

Đồng bằng, rừng thẳm, sơn khê
Dốc cao đứng dựng chẳng nề sông sâu
Đại dương – ừ có sao đâu
Đường xa nào ngại cúi đầu tìm yêu

Ai đo được trượng tình liều
Nhắm ra bao thước lòng xiêu đổ, về
Cứ yêu cho hết e dè
Thương đi nếm trải những mê đắm mời

Chờ em tiến một bước thôi
Trăm ngàn bước để phần tôi, được mà!

## Hạnh phúc ta trong hạnh phúc người

Mắt mi cũng biết cười như miệng
Em thử nheo xem sẽ rõ liền
Tin đi! Lời nói từ thi sĩ
Trăm vạn lần thì lắm lúc riêng

Hạnh phúc đâu gì đem cắt nghĩa
Nhiều khi chiếc kẹo ngọt môi ngoan
Bịch ya-ua đá tê đầu lưỡi
Tiểu thuyết yêu đương gối mộng vàng

Hạnh phúc xung quanh đều rất thật
Nhẹ khuyên u ẩn chớ đơm hoa
Lấp lên hờn tủi đừng ra nhánh
Thôi nghĩ hoang đường đến xót xa

Lá cành trần thế vẫn sum sê
Chua chát chen nhau chắc hẹn thề
Ai lỡ vung tay gieo hạt giống
Một đêm dông bão trải lê thê

Hạnh phúc đời ta trọn những điều
Cân đong đo đếm chẳng bao nhiêu
So, lường, phép thử chừng vô nghĩa
Phó mặc tâm hồn định mệnh thêu

Hạnh phúc nơi ta chỉ nửa vời
Tháng ngày thơ ấu ngủ trong nôi
Mẹ cha bồng bế nuôi khôn lớn
Mang tuổi thanh xuân gửi gắm người

Hạnh phúc ta đâu dễ trả lời
Dấu câu lấp lửng khó song đôi
Mốt mai thê thảm: Ừ, vừa đủ
Nếm trải vẹn nguyên giọt đắng mời

Hạnh phúc ta ư? Người giữ rồi
Tìm chi muôn kiếp, hoài công thôi…

## Không đề 14

Hay đâu toan tính âm thầm
Cô đơn phản bội, gieo nhầm chỗ tôi.

## Không đề 15

Trăng nơm nớp tỏ bao rao bán
Dọa hái sao trời tắt mộng mơ
Thi sĩ quẩn quanh vay vũ trụ
Hay lòng đã hẹp ý cùng thơ?

### Ngại đường về mưa làm lấm áo em

Mây vần vũ xát từng hơi thở lạnh
Gió vô duyên nấp sẵn tự phương nào
Cùng quây quần ngăn nắp giấu khát khao
Chào nhân gian cơn mưa chiều dần chớm

Ngồi đây em… hàng cây đương lì lợm
Lá ấp ôm trĩu nặng giọt cứng đầu
Sợ không em tháng Bảy tiết mưa ngâu
Mắt thu phong ngân ngấn dài nét đẹp

Em con gái mang nỗi buồn trác tuyệt
Cùng dịu hiền quanh quẩn ở đâu đâu
Lũ con trai tâm trạng một sắc màu
Lúc bên em hay cằn nhằn: "Mắc ghét!"

Em con gái thích nương nhờ thời tiết
Nói chuyện mình mong khẽ chạm cảm thông
Năm bốn mùa: Xuân, Hạ đến Thu, Đông
Chưa kịp nghe dần chuyển mình trang mới

Em và mưa cả hai đều lắm vội
Áp vai nhau điểm tô vạn thói đời
Phút mỏi mệt nhớ tựa sát: "Anh ơi!"
Em và mưa dùng dằn đi, đừng lớn!

Ở lại nhé khi trời còn ngang bướng
Ngại đường về mưa làm lấm áo em.

## Đừng gọi em là công chúa

Ta không muốn gọi em là: công chúa
Ngại kiêu căng nhuần thấm buổi ban đầu
Mà công chúa dĩ nhiên cần hoàng tử
Nhìn lại mình nào sánh với em đâu

Khi mong ước em quen đeo vương miện
Những lúc buồn cúi xuống sợ đánh rơi
Trong phút giây sơ hở thó đi rồi
Mơ cổ tích trần gian lầm lạc lắm!

Ta chẳng thể giam em nhìn vạn dặm
Để thấy mình non nớt, dại khờ thêm
Khắp hướng bày chông gai sẵn chờ em
Chút hững hờ, ngây ngô chừng vướng mắc

Lời thơ non dàn trải bao lầm lạc
Ta cũng từng đau đớn vết thương riêng
Em đừng mong tồn tại bậc thánh hiền
Áo phàm tục níu chân tu hóa dữ

Giấu tâm can nhỏ giọt buồn mưng mủ
Tám kẽ tay, mười ngón có đều nhau
Huống chi ta – em muôn vẻ muôn màu
Nhưng niềm thương ào ạt con sóng vỗ

Tình vẫn trọn dù bao lần cách trở
Thượng đế thường âm thầm xuống chia hai
Nếu thiên đàng có thực thế gian này
Thì hạnh phúc không trừ ta mộng tưởng…

## Không đề 16

Nụ cười giờ vẫy xa môi
Hay là tôi rũ đi lời nhắn xưa

Đừng tìm tôi của ngày thơ
Lỗi lầm đã chít khăn sô thiếu thời

Thương em tập tễnh cuộc người
Thương tôi ngây dại khóc cười kiếp tôi.

## Không đề 17

Tôi có bài thơ chẳng thiết lớn
Cứ mãi đôi mươi – tuổi của nàng
Có sao! Mai mốt cùng nhau lớn
Vội vàng kẻo vấp khối lầm than

Ham chi bắt chước người ta nữa
Thôi nhắc muộn màng, trách nắng Xuân
Lầm lỡ học đòi, tôi sẵn chịu
Em buồn chả biết có tay nâng?!

## Khi nao người thấy nhớ ta không

Đôi khi muốn viết lời xưng tụng
Ngọc nữ – hồn thơ – tự xuống đời
Rất thiệt vắt từ tim, khối óc
Vài câu cắc cớ ước nghe chơi

Hỏi sẽ còn ai gieo chút nhớ
Đủ cho lòng nặng gánh thương thương
Hay đâu dâu bể lênh đênh lắm
Sóng cuốn xa bờ, vướng nhiễu nhương

Sớm mai ảo ảnh buông rào đón
Đời cản lối ta, trải khát khao
Hoài bão ấp ôm, hy vọng huyễn:
– Hôm qua đi hết cuối đường đâu!

Em rạng ngời hơn dạo ấy nhiều
Trần gian có đủ chứa thương yêu
Nhọc nhằn mấy độ mùa thay lá
Cây hãy còn trơ, vẫn lắm điều

Bàn tay năm ngón: buồn, vui, xui,
tình, bạn kề bên bỡn ngón: cười
Ngón học biếng lười: nghe, lẩn tránh
Công danh bao ngón nép rong chơi?

Tình ta lẽo đẽo bước theo sau
Nắng tắt mưa mờ với ngàn sao
Le lói mênh mông tìm chỗ đứng
Một mình sáng rực khoảng trời cao

Trời – đất phân hai đánh đố người
Nắng mưa ép uổng, ước song đôi
Sinh thêm dông bão bày chia rẽ
Chắc chẳng phần ta nghiệt ngã mời

Thơ ta cảnh giới đoạn long đong
Chỉ chuyện thần tiên ngự cõi hồng
Tâm vốn hoang đường sinh hỏi vặn:
– Khi nao người thấy nhớ ta không?!

## Vui mãi chưa về đon đả thưa

Tôi ước làm khăn lau nước mắt
Buồn em thấm lạnh ướt tay gầy
Tôi là điểm tựa hoài thong thả
Một cái ôm thèm hơi ấm vai

Sao buồn không lóng lánh như sương
Lẫn ánh bình minh rong ruổi đường
Cứ thích đêm về canh cánh hỏi:
– Em đây ai đã ngỏ lời thương?!

Niềm vui nhường chỗ buồn sang chơi
Chẳng vụt mất đi, dai dẳng đời
Như trẻ khư khư cầm chiếc kẹo
Dính đầy tay, áo vẫn tươi cười

Xuân Hạ Thu Đông – năm bốn mùa
Riêng tôi chỉ thấy rét ganh đua
Chồi non từng nụ chưa xanh lá
Vui mãi chưa về đon đả thưa

Em giữ mùa Xuân của đất trời
Dù mưa lướt thướt mấy khi ngơi
Nhẹ nhàng âm ỉ hoen màu tóc
Em đẹp lúc buồn... nhan sắc ơi!

Trời mưa buồn lắm tóc em phai
Ve vuốt, tôi xin đan sợi dài
Sợi ngắn nâng niu sầu chớ lấm
Nép mình tôi nhé, lánh trần ai.

## Không đề 18

Cái nhớ ngộ ghê mà cũng nhận
Tương tư sinh chuyện đỡ cơn nhàm
Đôi khi lòng huỡn lo nông nổi
Chịu khó vơ vào... sợ bảo tham!

## Không đề 19

Áo dài thả gót sân trường
Thơ ngây gieo rắc mối tương tư người
Tim chùn bước ngắn ngơ mời
Cách chi ngưng đọng dấu thời gian trôi

Em cười trong nắng lên ngôi
Thành tiên giáng thế sống đời học sinh
Hay đâu có kẻ giận mình
Cũng không biết phải trộm nhìn để chi!

## Không đề 20

Nam châm trái dấu: hút đời
Hồn trần mắt thịt đừng rời bỏ nhau.

## Vì đời ngắn lắm ngại gì đan tay

Chết trên tám kẽ tay người
Còn chừa chỗ lấp lạnh rời xa nhau
Tình ơi! Mùa đã thay màu
Mùa đi theo nắng phai mau từng ngày

Tình lo chăng nhỡ không may
Mai đây tình sẽ nhạt phai má hồng
Sương len lén điểm não nùng
Những đường gấp nếp điệp trùng dung nhan

Hoa chóng nở, đời sớm tàn
Tình đừng lớn vội, ủ thanh sắc trời
Bấy nhiêu tôi đủ khổ rồi
Mặn mà thêm nữa sao tôi vẫy vùng

Sao tôi mặc sức lẫy lừng
Nụ cười thôi đã nóng bừng tim si
Tình đừng nghĩ mãi mà chi
Vì đời ngắn lắm, ngại gì đan tay…

## Không đề 21

Ta nhớ năm ta mười tám tuổi
Chữ yêu chẳng thuộc, biếng ôn bài
Bẻ đôi con chữ như đang chọc
"Êu" ghép thêm "l" trêu người ai?!

Ta tiếc năm ta mười chín quá
Vỡ lòng yêu lại tiếp từ đầu
Nhớ thương phải thuộc, song đôi bước
Đừng bỏ, lưu ban – đời rất đau

Quanh quẩn hai mươi đã cận kề
"Trả bài", em đến ngỡ cơn mê
Bài "trò" đã thuộc sao "cô"... nỡ
Ngoảnh mặt chưa hề quen biết chi.

## Cho anh tay nắm nhé em

Đưa anh tay nắm, nhé em
Hứa nâng thật nhẹ thật hiền, thư sinh
Đưa tay anh giữ chút tình
Dần khơi lửa ngọn hôm mình về chung

Cho anh cái nắm lưng chừng
Ngón tay đeo nhẫn trắng ngần, thuôn thuôn
Hơn thua, được mất chảy tuôn
Nhờ em: thiên hạ lận lường bỏ xa

Cho anh xin cái nắm nha!
Lỡ mai em với người ta... sao đành
Em ơi hãy nhớ để dành
Còn vài ba cớ... nợ nần trả chung

Anh thề: "Phụ nữ người dưng"
Tay không buộm nhuốm đặt gần bên ai
Nếu em đi lạc đường dài
Tội chi chẳng nắm cả hai cùng về

Anh – em tay áp, môi kề
Là bao phiền muộn, não nề cuốn trôi...

## Không đề 22

Đời xám xịt câu than hoài cũng chán
Chỗ ngồi đây đã ấm những kêu ca
Nương nhờ em trẻ dại cõi ta bà
Anh hùng bỗng thu mình trong mắt biếc.

## Ơn em

Đôi khi trong nắng có mưa
Trong ta phần quỷ vẫn chưa hiện hình
Nhìn em, sợ kẻ bất bình
Con tim muốn động, thình lình... bỏ đi

Trong thương yêu nảy từ bi
Trong thương yêu cũng sân si trổ mầm
Ơn em tỏa ngát thăng trầm
Cho ta ủ đóa từ tâm dậy thì

Mai kia, mốt nọ sá gì
Đời phù dung lấp nhu mì dễ thương
Còn vành môi ngọt yêu đương
Cùng trời cuối đất một đường về tim.

## Không đề 23

Tôi buồn xanh lá thanh niên
Trái phiền muộn trĩu nhánh hiên ngang lời

Tôi buồn sém lá thiếu thời
Ấu thơ chín trái, ngọt bùi khoét sâu

Tương lai thốn tận hồn sầu
Mật nào không đắng, gắt đầu lưỡi tin.

## Sinh nhật em

Sinh nhật em, anh chẳng có quà
Thời gian giục giã sợ trôi qua
Dù kim cố nhích thêm chăng nữa
Cũng chẳng trên tay một bó hoa

Em thắp cho mình ngọn nến đời
Dàn lên vũ trụ phía xa xôi
Giấu bao điều ước ngây ngô, vội
Hái một vì sao lạc mất ngôi

Em chọn cho mình một bến mơ
Tha hồ mộng mị nhởn nhơ thưa
Yêu đương khép nép mong lần hỏi
Muốn ngỏ riêng em, hiểu ý chưa?

Âm thầm cầu nguyện cùng tinh tú
Đất thấp trời cao em ước gì
Hòa quyện ngàn sao đêm lấp lánh
Có người thầm ước em đừng đi.

## Không đề 24

Vẫy tay tha thiết gọi: "Nhà ơi"
Hờ hững nghe sao chẳng trả lời
Vài ba Xuân nữa em phơi phới
Tình sẽ ngậm ngùi... chết mất thôi!

## Mai đây em lớn tình dành cho ai

Em vừa đủ tuổi thương yêu
Tập tành gian khó, đủ điều chua cay
Ta đau với mảnh hình hài
Theo cơn tình ái giống loài bước chung

Cứ đi, đi mãi chưa ngừng
Cội nguồn hạnh phúc muôn trùng cách xa
Nhiều lần ta nói với ta
Nhiều lần ta với ngày qua dỗi hờn
Nhiều lần quên lãng cô đơn
Nhìn em lòng lại khổ hơn chưa từng

Mưa chưa kịp ướt đã ngưng
Tình chưa kịp chạm đã rưng rưng, rời

Xếp vào ngăn kéo cuộc đời
Thơ duyên gõ nhịp khóc cười năm canh
Thời gian trôi mãi, thôi đành
Mai đây em lớn tình dành cho ai?!

## Động

Bứt dây thì sợ động rừng
Bứt chiêm bao – ngại: động lòng em ơi!
Động gì cũng chẳng dễ coi
Động trời, đất, biển, động... đời thanh niên

Động từ cơm áo gạo tiền
Động kề danh vọng cạnh miền viễn mơ
Động thời nít nhỏ nên thơ
Động sang hiện tại bơ phờ, tội chưa

Động nào mong hết vật vờ
Dung thân tạm bợ bến bờ bình yên...

## Em về với nỗi cô đơn

Em về với nỗi cô đơn
Tôi gom nước mắt cuối đường... quay đi
Chim trời cánh mỏi phân ly
Tình tôi sao mỏi những khi em cần

Em về, bóng ngả phân vân
Bóng nhoài lên cỏ, bóng lăn lóc đời
Bóng đương ngả rẽ cuộc người
Đứng đi, trái phải, ngược xuôi... có về

Em vừa thức tỉnh cơn mê
Buốt trong ký ức, hẳn tê tái lòng
Tình tôi buồn lắm, biết không
Đừng choàng sớm áo mùa Đông, khép mình.

## Là con gái

Là con gái, ta thường gọi: phái yếu
Tạo hóa sinh để nâng đỡ, cưng chiều
Để nũng nịu và đua đòi, ích kỷ
Muốn mọi người đều hết mực thương yêu

Là con gái, đặc ân quyền lỗi hẹn
Nửa tiếng chờ em bảo mấy phút trôi
Lầm lì hay than oán, trách nửa lời
Anh tị nạnh, em hờn luôn... cho chết!

Là con gái, mọi điều em biết hết
Vờ hỏi han thành thật lắm hay chưa
Thật tâm chăng hay qua loa xong chuyện
Vài lần kêu đến Từ Hải phải chừa

Là con gái, em nhớ mãi tươi xinh
Chút son môi, phấn hồng nhẹ bên mình
Tóc xõa vai ngoan hương đưa theo gió
Giang hồ nhìn... buông kiếm chép tâm kinh

Là con gái, em nhớ đôi lần điệu
Gót chân xiêu chiều chủ nhật trên đường
Chỉ đôi lần, đôi lần thôi... em nhé!
Cho anh còn thêm đôi chút luyến thương.

## Khai tâm

Hiền quá đôi khi là khuyết điểm
Hoa khai từng nụ trổ mềm lòng
Mà anh thương mến thèm che chở
Gieo rắc tội tình… bé biết không?

Bé chông chênh giữa tình nhân loại
Được, mất, hơn, thua đãi ngộ đời
Hạt từ tâm nở thơm tâm tính
Tỏa ngát dương trần dẫu lẻ loi

Nho nhỏ mang hương sắc gọi mời
Tay ngà vẫy nắng, dịu dàng môi
Vết son ngoan chẳng lần hôn áo
Tóc thả thêm yêu, đánh thức lời

Đờ đẫn hồn đơm vạt cuối chiều
Thu vào tầm mắt dậy liêu xiêu
Đất trời nghi vấn ngày kia sẽ
Bừng tỉnh cơn mê dấy lượng liều

Bé hiểu gì chưa chuyện rất quen
Xa xưa hiện hữu mãi đua chen
Hờn ghen, ích kỷ lên mầm sống
Như chính anh vừa lạc rối ren.

## Tôi lau hạnh phúc tôi xa

Tôi lau nước mắt cho em
Giọt nào muối mặn trong tiềm thức nhau
Giọt tôi thấp, giọt em cao
Đỡ đần trên má vết đau nguôi dần

Đời khều lên khóe giai nhân
Mà gian truân xích lại gần chỗ tôi
Buồn vui lẫn lộn giọt rồi
Hòa dòng chát đắng rót môi tôi, ngồi

Bàn tay nắm hạnh phúc hời
Trôi theo tám kẽ tìm nơi vô cùng
Niềm riêng em trải mịt mùng
Tôi đưa tay níu, sợi lòng gãy ngang

Hoàng hôn rời phố, sang trang
Người tìm bến đỗ bình an trở về
Bên em biết có ai kề
Mượn môi hứng giọt não nề: đừng trao

Đừng tin mưa tắt, nắng chào
Không tôi dòng ấy biết chừng nào vơi...

## Đời tôi em chắc hiểu chưa

Giấu mây sợ nắng chói chang
Giấu em chỉ sợ dùng dằng chẳng ưng
Thương người, người cứ dửng dưng
Xe lăn bánh mỏi trên từng vết si
Vẽ chi nước bước đường đi
Con tim sao tránh những khi yếu mềm

Đọc thơ đừng nghĩ tôi điên
Có bao giờ hỏi vì em thành hình
Đừng mang nặng tưởng buộc mình
Thi nhân lắm kẻ đa tình mộng mơ

Đời tôi em chắc hiểu chưa
Thi nhân tỉnh lẻ nhà thơ khắp vùng
Lẻ loi vuông chiếu tương phùng
Cách chi lừng lẫy khi vòng tay đơn...

**Trên đoạn tình già**
*(Nhân tấm ảnh chụp trên đường Tô Hiến Thành, Quận 10 trưa ngày 14/3/2017)*

Bà ơi! Có phải mỗi ngày
Vật dời sao đổi, người thay tấc lòng
Hôm nay ban những lời hồng
Biết mai còn ấm chút nồng đượm trao

Đũa còn mai một thấp cao
Một mai tôi cũng hư hao với đời
Chân tay run rẩy, rã rời
Câu từ xiêu vẹo rách đôi nỗi niềm

Tàn cây bóng đổ lá mềm
Bà trong tôi vẫn nét hiền xa xưa
Vái trời thả hết nắng mưa
Để tôi phong tỏa tình chưa muốn ngừng…

# Cúi đầu

Cúi đầu suy tưởng ta tiền kiếp
Lầm lỗi ngân vang chạm buổi nay
Cúi đầu xin lỗi ngày sau đến
Chẳng rõ thêm bao nỗi đắng cay!

Cúi đầu nghe tóc vương mùi nắng
Ngăn nắp sợi mong sợi mỏi nào
Cùng nuôi hoài bão cao vời vợi
Ấp ủ sợi thương, nhớ chốn nao?

Cúi đầu ngân ngấn nhìn sương điểm
Dẫn lối lòng tin lạc bến bờ
Dắt dìu phiền muộn neo tâm cảm
Trăn trở tròng trành vỗ mạn mơ

Cúi đầu may mắn trông trăm cõi
Gom nhặt bóng hình mỗi bước qua
Tương tư, hằn học thường sinh chuyện
Gieo rắc lạnh lùng tục lụy ta

Cúi đầu tạ lỗi cùng đôi mắt
Chưa tỏ nông sâu tận phút này
Đường dài học rộng còn chưa đủ
Cứ nhủ hồn trần chớ ngại sai!

Cúi đầu cảm tạ từng hơi thở
Mỗi sớm tay đưa vẫn nhịp đều
Ngập ngừng những lúc tim xao động
Lớn thật rồi ư, luýnh quýnh yêu?

Cúi đầu ghi nhớ môi thiên biến
Vạn hóa lạc quan nở khắp nơi
Dù đau muôn bận chưa nề chí
Tươi tắn điểm tô đuổi kịp người

Cúi đầu vui sướng thanh âm rót
Đôi tiếng ngọt tai mạch sống mời
Hân hoan dòng chảy truyền cơ thể
Chỉ thiếu lời tình thỏ thẻ thôi!

Cúi đầu lắm lúc mình ngang ngược
Biếng nút tị hiềm, tính ghét ganh
Thầm ôm sầu tủi dâng lên mắt
Bạc đãi môi cười lánh tuổi xanh

Cúi đầu tạ lỗi bàn tay sạm
Chửa biết thời cơ, hạnh phúc đời
Để khi vụt cánh ngồi ngơ ngẩn
Chắt lưỡi, than trời trách đất chơi

Cúi đầu tự vấn ta non nớt
Những bắt mặt mừng thuở ấy đâu
Sao im chở nặng rưng rưng xót
Có nuối tiếc nào khước đón đau

Cúi đầu ơn nặng bàn chân mỏi
Rừng thẳm, sơn khê mãi nợ nần
Muốn vươn tận cõi xa nghìn dặm
Đánh đố đại dương triệu cách ngăn

Cúi đầu thinh lặng mình nguyên vẹn
Lầm lỡ, ơn sâu, nặng khối tình
Tứ chi, tai, mắt, môi cùng tóc
Hờn tủi loay hoay kiếp nhục vinh

Cúi đầu tìm nghĩa ta tồn tại
Chỉ bấy nhiêu lời, chẳng thể đâu!

## Chương đời

Trang cuối một chương khép lại dần
Ngày mai chương mới chóng quen thân
Bạn bè sắp tới còn bao đứa
Có chắc không còn cảnh chia, phân?!

Thôi! Đừng kể chuyện những buồn vui
Buồn sẵn vành môi đón ánh đời
Đã khóc trên niềm vui đối diện
Đi từ nghịch cảnh, lớn khôn tôi

Trên giá, ngày qua sắp thẳng hàng
Hôm nay vẫn một chỗ bình an
Lặng lẽ tạ ơn phần số mệnh
Được nhìn thêm bước chuyển thời gian

Gọi nhau để biết còn nhung nhớ
Còn ấm quan tâm giữa thiếu, thừa
Còn trong góc ấy tình thương mến
Sưởi tủi hờn qua mỗi chặng đua

Tháng tàn, năm tận nói điều chi
Lịch thoáng rụng rơi, biết ước gì
Đâu đấy chờ nghe lời ước nguyện
Cõi lòng rộng cửa, ai thầm ghi…

## Một mai nhìn lại

*Một mai, chớp mắt là mai một*
*Đừng để cho lời thốt: "Phải chi..."*

Một mai nhìn lại: rừng hiu quạnh
Ghế đấy, người nay chẳng thấy đâu
Đừng ú tim mà, mau đến nhé!
Bóng ơi! Chớ giữ cuộc vui lâu

Thềm đá cái chân hư muốn chết!
Đẩy đưa toan tính lấp đời nhau
Huyệt thời gian điểm nghe thêm nhói
Tích tắc, đường kim đã kín sầu

Nốc rượu tưởng mình tu nước lã
Khay lòng dạ trải, nhấm cho say
Đũa khua thành chén vang tâm tưởng
Ai biết thói người nhạt nhẽo thay!

Cầm đũa ngỡ... đao, vung khắp chốn
Ma nào lộ diện đứt đầu chơi
Hiện hình mau thử cùng song tấu
Còn, mất, được, thua: chả vướng đời!

Miệng mời đối mặt sao chưa chịu
Quân tử chả chơi đẹp tí ti
Rù rì rủ rỉ câu xuôi, lọt
Gãy đoạn tin yêu, trách cứ ghi

Khói trắng cợt trên đắng ngẫn người
Ngực đong hy vọng sủi tăm môi
Thương đau chai sạm, khô thề hẹn
Góc trái van nài: "Tỉnh giấc thôi!"

Một mai nhìn lại: "Thôi! Lâu lắm!"
Ngồi ngẫm hôm nay được những chi...

## Trần gian còn mãi thương cùng nhớ

Trần gian quỷ sứ giờ đông lắm
Thưa dạ, cúi đầu có nghĩa chi
Đôi khi thèm khát thời con trẻ
Chập chững, mẹ cha đỡ bước đi

Thèm lần làm nũng vòng tay mẹ
Hơi ấm choàng ôm trải thịt da
Vùi lòng cha đón tình thương mến
Từng tế bào run... sợ cách xa!

Chẳng phải quẩn quanh tìm hạnh phúc
Mặt trời rất gần, chân lý đây
Theo gót người xưa nuôi chí lớn
Trưởng thành từ buổi học chia tay

"Bạn bè" – hai tiếng thun đầu lưỡi
Ngại khép vành môi đánh thức lời
Ngủ yên trong góc ưu tư ấy
Tâm thức chảy tràn tắm mắt môi

Trần gian đâu chỉ mưa cùng nắng
Có giận hờn hòa những nét vui
Nụ cười dè dặt cong cong nhoẻn
Nốt trầm tô điểm tự bao đời

Trần gian còm cõi sinh già bệnh
Trái đất hôm nay, tử cận kề
Ngắn dài năm ngón hằng chung sống
Cơn gió vô thường tỉnh giấc mê

Có khi khóc mãi mà chưa đủ
Dù mắt đại dương thăm thẳm sâu
Sóng vỗ trăm năm còn phút mỏi
Hồn trần sao cạn những thương đau…

Trần gian thuở ấy còn chưa rõ
Mà đến hôm nay chuyện luyến lưu!

### Bây giờ tôi biết tôi sao

Tôi thừa sức biết tôi tham
Ngón tay áp út sao cam trói tình
Tương lai tôi nhẫn nhục mình
Nghe thêm lời hứa, hẹn hình ảnh sau

Bóng đêm đã sớt chia màu
Đời ham muối mặn môi nào có vui
Bây giờ, bốn vách in – tôi
Là từng phương với tâm côi, chạnh lòng

Bây giờ, tôi với thinh không
Âm vang tôi – dội, dòng sông thơ – về.

## Từ trong phẳng lặng sá gì ngát hương

Tôi chưa từng nói tôi ngu
Bởi vì tôi thấy sương mù đó, đây
Tóc ngồi mòn đỉnh đầu này
Cách chi biết được vòng quay cuộc đời

Tôi hơi khờ chút mà thôi
Đôi khi ngớ ngẩn, phát lời linh tinh
Tôi chưa lần bảo thất tình
Không may thất chí, bất thành dại sao

Tôi là tôi của trước, sau
Dù thân thế, tuổi nương vào thời gian
Nhưng hồn lỡ chuyến, lạc đàn
Hãy còn con nít, dễ tan tác lòng

Tôi là hoa dại trần hồng
Ưa thu mình bé, điểm son xuân thì
Mặc già cỗi trải đường đi
Từ trong phẳng, lặng sá gì ngát hương.

## Hoài công

Chỉ tại hôm đó trời mưa
Em ương bướng, tôi chẳng thừa chút siêng
Ngờ đâu hai đứa cũng ghiền
đi trong mưa bão tẩy phiền muộn xa

Tôi ước tay dài hơn, và
níu em về với thiệt thà tôi mong
Tôi tần ngần mãi... như không
Em đâu quay gót ngược trông thẹn thùng

Trời mưa bong bóng phập phồng
Mai này lỗi hẹn, buồn lòng với ai...?

## Ngỡ đâu phải lòng nhau rồi

Tháng Năm là tháng biệt ly
Bao mùa hoa phượng, còn gì trong tôi…?
Em còn nhớ giọt mồ hôi
Tôi ưa xách cặp em vui bước về

Tình tôi thuở ấy não nề
Trời thêm cao thấm bộn bề mối lo
Bạn bè chỉ biết nhỏ to
Sinh nghi tôi học buồn xo nối ngày

Tháng Năm chẳng tiếng chia tay
Hành lang in mãi dấu giày rẽ đôi
Ngỡ đâu phải lòng nhau rồi
Trong mơ trở giấc mộng đời nhặt thưa

Sài Gòn hôm đó không mưa
Sao tôi tầm tã ban sơ chương tình…

# Nguyễn

Ta dài nỗi nhớ theo tên tục
Em ngắn chắc vì chửa biết yêu
Thanh trắc: kiếp ta chào phẳng, lặng
Thanh bằng: em, hiểu được bao nhiêu?

Xòe tay, nhẩm đếm chờ em lớn
Chỉ sợ một mai ký ức phai
Ngày tháng rêu phong, tình sẽ cũ
Ta vùi giữa tỉnh thức ban mai

Bóng thấp, cao: ta cao, em thấp
Ai xui con nắng, gió sang chơi
Xin hứng trận đời, em bé bỏng,
cách chi hiểu thấu nghĩa trò người

Em cười, em khóc, hay em vui
Có lẫn lộn như ta rất đời
Từ buổi xuống trần vương lẩn thẩn
Ngẩn ngơ đôi mắt những chiều trôi

Bóng ngắn nằm ngoan lòng bóng dài
Sao tình lạnh lẽo, thiếu hơi ai?
Sưởi đi! Bằng cái ôm nồng đượm
Nghe ngọt bùi vang giữa nhịp sai

Ngoài kia dông bão chẳng màng đâu
Hai mái đầu xanh bén mối sầu
Nhóm lên sợi bấc tình nhân thế
Sớm rực thành tro nỗi khó, đau

Em bình, lặng lắm: cần thêm lớn
Ta mỏi mệt hoài, đỏ gót chân
Thanh trắc: cần bằng êm điệu nhạc
Ta cần em ở chốn than thân!

## Có những phút buồn khó gọi tên

Em bán đi em những nỗi buồn
Anh đây dành dụm mua nhiều hơn
Đem về cho có đôi, có cặp
Đặt cạnh buồn anh lúc mỏi mòn

Buồn vào tiểu thuyết buồn hư ảo
Buồn giữa trần đời... chắc thế nhân
Buồn phút thiếu em, buồn rất thật
Nói xạo, anh thề mãi thất tình!

Hai dấu trừ chung nhau thành cộng
Hai nửa tim buồn ghép thử xem
Rủi may vui đến sao em nhỉ
Hai ta xích lại chóng gần thêm

Nghe buồn, nghi ngại người xa lánh
Nhưng nỗi buồn em... chẳng thế đâu
Cẩn thận, anh xem như báu vật
Chưa từng cất tiếng thở than câu

Buồn vui lòng biết, mấy ai hay
Đâu chuyện trần ai vẫn sẵn bày
Khóc cười đâu chắc buồn vui nhỉ
Nhoẻn miệng thôi mà... có khác chi!

**Thơ cho bản thân
những ngày nóng bức**

Bạn bè hay trách sao ta khó
Đời có bao lâu, cắc cớ chi
Đá muôn mặt, ngón tay dài ngắn
Trần thế: dễ gì sớm thích nghi

"Tứ đổ tường" bây giờ cũng khác:
an to, nói phét, chửi như ca
tục tằn – kết trái, đơm hoa mãi
Điểm lại... thảo nào hiển hiện ta!

Bè bạn thiết tha cho có lệ
Mình buồn mà chúng ngấm ngầm vui
Đứa khoác vai: cười rung, nghẹn tiếng
Kẻ nhìn: len lén nở cong môi

Chắc là cách nó thường an ủi
Quân tử yếu lòng sẽ khó coi
Đâu thể khóc cùng khi hoạn nạn
Nay hiu hiu gió, thiếu tăm hơi.

Đong tình, đong nghĩa bằng tay sạm
Hư trót gieo nhầm tám kẽ, trôi
Gạn từ khánh kiệt, sàng hy vọng
Hồn rũ được chưa chuyện đã rồi...

### Bài thơ còn ấm đau thương thiếu thời
(Mưa 1)

Mấy lần được dưới cơn mưa
Niềm vui dọn chỗ buồn thưa bất thình
Như soi gương thấy lại mình
Gắng gây dựng cõi lấp tình tiêu vong

Cõi tôi vắng mặt bóng hồng
Bạn hiền kiêng ghé; người không ưng, lìa
Tôi quen giáp mặt đầm đìa
Trót thân lắm mộng, mơ chia sớt buồn

Tương lai từ khước cội nguồn
Bài thơ còn ấm đau thương thiếu thời...

## Gót an nhiên trật long đong kéo tàn
(Mưa 2)

Mấy lần tôi đối diện tôi
Quẩn quanh, bè bạn: phai phôi, trôi dần
Đợi chờ chi nữa thanh xuân
Mà tôi chẳng thiết thanh tân vẹn mùa

Hồn theo cánh gió nô đùa
Vương lên ngọn cỏ giấc xưa ngược dòng
Tuổi thơ thình thịch chạy vòng
Gót an nhiên trật, long đong kéo tàn

Thời gian đánh đổ dung nhan
Niềm tin đánh đổ tôi gian dối lòng.

## Ai bảo

Ai bảo Bắc Kỳ chả dễ thương
Đoán chưa nghe giọng những khi hờn
Thanh âm trầm ấm, hôm the thé
Lỡ thử, mốt ghiền: khổ chết luôn!

Ai bảo Bắc Kỳ nói khó nghe
Chỉ điều xàm bậy nối nhau về
Dắt tay lầm tưởng vui sum họp
Đi mãi... bao giờ tỉnh giấc mê

Ai bảo Bắc Kỳ giỏi tính kiêu
Kiệm từng câu chữ, ít ban nhiều
Chắc là... ai khác, vì em cũng
gái Bắc cơ mà chẳng thấy kiêu!

Gái Bắc – kẻ chê: "Đanh đá lắm!"
Người rằng: "Sẽ rõ mắng như ca!"
Cũng mong một dạo em "ca" thử
Biết có hay như tiếng đồn xa

Tương tư chất ngất vai sầu khổ
U ẩn yêu đương mãi thét đời
Cấu cào lên vết thương tình ái
Ai bảo mặc ai… chẳng bảo tôi

Sài Gòn – năm tuổi thoáng ba trăm
Văn hiến nghìn năm – đất Hà thành
Tình ta le lói vài năm tuổi
Đã ngại thăng trầm, thử thách thăm.

## Bùa mê

Vài bé tôi mê mang họ Nguyễn
Trắng ra chỉ có đúng hai người
Tim bao dung lắm, dành thêm khoảng
Họ Nguyễn vốn đông, tụ hội chơi!

Có dạo tôi say người họ Vũ
Nặng mang thánh giá đóng đời nhau
Biết chi người cũng như cơn gió
Những lúc vô tình rót đớn đau

Họ Lê, Cao cũng lần nên nhắc
Các bé như mùa Xuân mới sang
Thêm nữa họ Phan, quên: chết chắc
Tim rầy bạc bẽo, dấy câu than

Họ Trần, thanh huyền trầm bước tiến
Cứ chùn hoài vậy khó nam nhi
Tấm thân lỡ hẹn cùng sông núi
Sa ngã giữa đường thẹn khắc ghi

Các bé họ gì tôi cũng thế
Chung tay nhung nhớ bất thình gieo
Gọi là cảm nắng kinh niên, hoặc
Chứng bệnh tương tư, khổ đẳng đeo

Gọi bé cho vui, cho dễ định
Có người trang lứa, có người hơn
Người thua tuổi, gọi: "Anh" ngọt sớt
Cứ tưởng gọi người yêu, sướng rơn!

**Những Bài Thơ Chờ Ngày Thấy Mặt Trời**

phần 1: Đoản khúc ngày xanh

Tôi khởi viết những dòng thơ mang hương vị tuổi học trò độ cuối tháng Chạp (âm lịch) năm 2014 – thời điểm tôi bắt đầu võ vẽ vài-câu-có-vần đầu tiên ở mặt sau tờ lịch cũ được bấm thành từng xấp – miệt mài, kéo dài sang quãng 2018 – đầu 2019. Hôm nào hứng thú lẫn siêng, tôi lục tìm bản thảo chép tay nằm rải rác, lẫn lộn giữa các loại giấy tờ, ì ạch nhặt nhạnh. Chẳng một mốc hay thời hạn nào cụ thể để tôi hoàn chỉnh nó. Tôi luôn ủ ý tưởng sẽ in tập thơ dành cho tuổi học trò (chữ dùng giản dị, bút pháp không quá cầu kỳ), điều đấy tạo tôi cái thế sẵn sàng còng lưng lượm lặt đá sỏi xây thành trì! Bản thân không ngờ mình nhảy cóc đột ngột tới giai đoạn mãnh liệt chấm dứt chuyện thơ thẩn; từ tập thơ phác thảo đầy đặn, tôi rút tỉa ra nhóm bài thơ nho nhỏ này.

Một số bài bên dưới tôi chú thích từ "trích" vốn là các bài thơ có nhan đề lẫn tính truyện rõ rệt, quá trình chọn lọc đưa vào tập thơ tôi quyết định cắt bỏ, vì các khổ thơ ấy đủ sức đứng độc lập mà không cần lệ thuộc vào cái tổng thể đã dông dài nhảm ý. Số bài thơ tôi tạm hài lòng thì bỏ hẳn nhan đề, gom chung vào nhóm "Đoản khúc ngày xanh" (tên dự định ban đầu là "Lưu bút ngày xanh"), đánh số từ 1 tới khi vốn liếng cạn dần chẳng thể "khai thác" hay thêm – bớt được nữa... Kết quả là quá nửa phần đoản khúc gồm những đoạn ngắn ngắn hoặc trích – ghép nối chưa chắc đã đúng trật tự nguyên gốc – như cách tôi nhớ về ngày tháng cũ: không đầu, chẳng đuôi, lãng quên – xóa bỏ rồi lại tiếc nhớ, rối ren, chắp vá, sửa chữa vụng về,...

VIÊN MỘNG
Sơn dầu trên bố
48" X 78"

Tranh họa sĩ Khánh Trường

**1.**

Lỡ nuôi thỏ đế lâu năm quá
Chẳng biết hôm nao vội ấp ôm
Thời gian thấm mệt, trôi hy vọng
Lần lữa không gian nhuốm vệt buồn

Từ buổi Hạ trườn ngang mắt cửa
Phượng hồng muối mặn tiếng chia ly
Chim bay về chốn xa xôi ấy
Thơ ở lại đây… có nghĩa gì?
*(trích)*

**2.**

Có một tình yêu tuổi học trò
Vui miệng, bạn bè gán nhỏ to
Mưa dầm thấm lâu, mưa ngấm đất
Định mệnh vào thân, ai cản cho?

Có một tình yêu đỗi khù khờ
Đến từ vần điệu những bài thơ
Tương tư bồi đắp nên thi sĩ
Nhét vội cặp ai gần cuối giờ

Có một tình yêu tên thích thầm
Nhói đau len lỏi đến sâu thâm
Người mang đi mất bao hoài niệm
Bàn ghế, bảng đen lẳng lặng nằm

Có một tình yêu chẳng nắm tay
Cái đưa mắt vội tránh nhau hoài
Cả câu trêu ghẹo làm ai khóc
Nước mắt tan vào mưa phớt bay

Có một người ôm khắc khoải chờ
Tình không hò hẹn, chưa lần mơ
Chơi vơi, gió lộng, bờ hư – thực
Chỉ đứng nhìn thôi... chả dám chờ

Người sờ thử đi từng con chữ
Nhắm mắt thiên thần cảm nhận xem
Có nhịp tim run trên giấy trắng
Là hồn tôi lạc giữa rối ren.
*(trích)*

3.

Tình học trò đâu được như cổ tích
Cánh phượng hồng, ép lặng lẽ tờ thư
Cũng buồn theo những chuyện đời thực – hư
Buồn theo những hôm nào em chợt hát

Số kiếp tôi chắc gì thôi lận đận
Thơ cho em gạn được chút hồn nhiên
Không oán than cắc cớ, lắm tị hiềm
Dù vẫn biết mai này là... dang dở!

Em giữ nhé bài thơ đừng do dự
Làm hành trang vững bước giữa trần đời
Nếu một mai em buồn thì... có lẽ
Thơ cùng buồn, làm điểm tựa em nguôi.
*(trích)*

**4.**

Rồi sẽ ổn, phải không em bé dại
Tôi ngu ngơ chẳng biết nói thêm gì
Người mau mắn vươn mình ngày tháng mọn
Tôi ngọt ngào, khôn khéo một hao đi.

5.

Được, mất, hơn, thua mãi chắn đường
Ngả nào dẫn đến lối hiền lương
Đi qua yêu ghét sinh đơn độc
Biết có còn xanh nét dễ thương?!

**6.**

Tôi kể gì chưa những người em
Dắt nhau ngày tháng lắm đua chen
Con đường, một chỗ ngồi thân thuộc
Sao chẳng tựa đầu trút nỗi riêng

Trời cao cứ tưởng ngay tầm mặt
Dài tay nối lại khoảng em – tôi
Nhọc nhằn, cách trở, mầm ly biệt
Ngọt ngào thấm mệt, rẽ trăm nơi…
*(trích)*

**7.**

Trời đã sáng sau ngày dông, bão nổi
Sao em chưa óng ánh được tinh thần
Cơn ẩm ương chếnh mảng mãi mưa dầm
Dìm bãi đậu trên đường băng hạnh phúc.

**8.**

Hôm nay áo trắng đưa nhau
Thảm lời chúc tụng, nạm câu ngậm ngùi
Hôm nay còn thấy nhau cười
Mà thin thít vẫy, xa rời lối vui

Chân đeo đá lội cuộc người
Gieo mình xuống bể ngược xuôi lạc dòng
Dài tay với giữa hư không
Mịn màng bụi cát thôi lòng tiếng ru

Mỏi mòn: dầu tắt, lửa lu
Gian truân vừa đã vẹn mùa trái xanh…

**9.**
Tôi ưa thơ thẩn vốn từ lâu
Lứa tuổi học trò giỏi cứng đầu
Cái thuở thiếu thời êm rợp mộng
Hồn đi biền biệt, biết về đâu...

Thi bá Vũ Hoàng Chương sẵn chiếu
Mon men kề cạnh, ngại Đinh Hùng
Thèm quanh dò hỏi còn ai nữa
Chưa ấm chỗ ngồi, bất giác run!

Nguyễn Tất Nhiên yêu Duyên thống khổ
Thở lời bàng bạc, trách bâng quơ
Lạy Chúa! Tuy con người ngoại đạo
Nhưng xin trắc trở nhún nhường, thua

Hoàng Cầm mải miết nhặt *diêu bông*
Yêu chị, em mang mỗi tấm lòng
Tâm trí, chân thành tìm lá, hỏi
Đợi chờ tới lúc chị sang sông

Hồ Dzếnh ngập ngừng *em cứ hẹn*
Van lơn đừng đến, thử lòng tôi
Dở dang, nuối tiếc trong bao bữa
Mà trọn luyến lưu vẹn một đời

Bùi Giáng thương Kim Cương hết kiếp
Nhắm nghiền đôi mắt nặng tơ vương
Gia tài chỉ trái tim hoang dại
Trần thế ai màng, dệt vạn chương

*Một mùa đông…* thoắt mấy mùa đông
Song cửa, ai còn bên đấy không?
Mà chàng thi sĩ họ Lưu ấy
Trọn một phương mòn mỏi ngóng trông

Nhược Pháp bên kia khoác nỗi đau
Thâm Tâm ngậm đắng, chuốc men sầu
T.T.Kh gieo u ẩn
Giấy mực sao khô tiếp nối nhau

Mặc Tử, Bích Khê khách trọ thôi
Hành trang vội vã khuất mù khơi
Nàng thơ gửi vội vàng nhân thế
Trò chuyện canh thâu, lạnh rợn người

*Tình tôi em lại hỏi làm chi*
*Những cánh thơ vàng* trở giấc ghi
Lần giở thu xưa bần bật xót
Để Huyền Trân họ Trần lâm ly

Thuộc làu Nguyễn Bính buổi ban sơ
Xuân Diệu, chừa chi nếu mộng mơ
Nguyên Sa, thiên hạ khen nhiều lắm
Tôi kém chi mà… lại ngó lơ!

## phần 2: Bài tập Thiền

- Khai kinh
- Chân kinh
- Trốn trong kinh
- Nghe kinh
- Đối diện
- Tự khúc
- Ngày vui có nghĩa tôi thôi chiều mình
- Thà tôi sống cũng như ai
- Đối thoại câm
- Khúc thêm cho thời gian
- Thao thức trắng
- Thơ viết trong cơn say

Tranh họa sĩ Khánh Trường

## Khai kinh

não nùng tiếng khóc tàn canh
hão huyền vỡ ối: chôn xanh sắc đời

trì câu kinh huyễn nụ cười
sớm siêu linh, chóng đầu thai thành hình

luân hồi lục đạo thường tình
nhẽ, bao nhiêu kiếp bỏ mình mà đi…?

## Chân kinh

xin đừng kiến nghĩa con tim
tầm thường rung động mà tìm thâm sâu

thơ, nhiều khi chỉ một màu
lâng lâng xưng tụng, về sau khó nhìn

đưa tay vuốt mặt chính mình
tấm lòng Bồ Tát: bất thình lình... đau

bài trừ. không. bài trừ nhau...

## Trốn trong kinh

Nhiều lần muốn trốn trong kinh
mở trang kinh, chẳng thấy bình lặng rơi
chữ gieo chưa ấm chỗ ngồi
mắt thu độ lượng, tâm lơi cửa thiền

Nhiều lần tranh bước cơn điên
trút lên bè bạn, đứa hiền… bỏ qua
đứa còn sân giận, thật thà
gửi vào ngày tháng không xa… nhắc dần

Nhiều lần uốn nắn tinh thần
cơn mê thúng thắng xin phần âu lo
dẫu hân hoan thoát trăm trò
sẩy chân, vẫn vẫy vùng to nhỏ người

Bao lần tỉnh giấc mộng hời
lòng sao quanh quẩn cuộc chơi buổi nào
manh tâm ma quỷ vẫy chào
giọng thanh thản đợi, đáp cao đầu: "Về".

# Nghe kinh

Lặng nghe chó sủa ma
Giữa buồn như trấu cắn
No dẫn dụ bắng nhắng
Nén xao động cơn vui

Côn trùng ngồi nghe kinh
Tích nhân lành kiếp khác
Chúng ta ư? Mặc xác!
Chuyện nay mãi chưa xong

Đời gióng nợ áo cơm
Nề chi câu sám hối
Đẩy đi từng lầm lỗi
Cho chúng lớn, nên người

Lịch sử thường nhắc lại
Bài học khó được quên
Nhưng thời gian, vết cắt
Đã hành xác trong tim

Vỡ lòng tiếng an nhiên
Đánh vần sao tròn chữ
Dự cảm nào lành, dữ
Lăn lóc ngọt bên chân

Khép hành trình, sẩm tối
Chùa nối thêm thời kinh
Khi đám đông yên giấc
Khởi vọng âm tâm linh

Dù khởi đầu, khép lại
Niềm tin mãi sau cùng
Nên đường hầm, vít hướng
Vẫn ánh sáng bao dung.

## Đối diện

Tôi ưa huyễn mình đầu thai lệch kiếp
sinh nhằm thời, thế cuộc đảo chiều xoay
chiếc mặt nạ đêm từng đêm phủ phục
giấc rêm mình, réo gọi gõ chào ngày

Tôi tự đắc vần thơ mình trác tuyệt
ngục thất đời rộng cửa mở chân trời
níu tài hoa sửa gót xa biền biệt
xiềng chân lý, một mai sợ... lẻ đôi

Có vô hạn, hay lòng mình đã hẹp?
có trường tồn, tường nứt vách kiên trung
có vĩnh hằng, định luật chờ thêm, mới
ánh sáng nào vươn mãi chẳng ngập ngừng...?

Tay sắp lạnh, thôi thèm hơi ấm mọn
hy vọng đi, có chắc biết đường về
hay lêu lổng chung thân thời trẻ dại
khản giọng tìm, nhọc đếm bước lê thê

Đấng tối cao thấu hiểu mình tồn tại
khi cưu mang, ghi dấu niềm tin người.

## Tự khúc

Tôi bao dung lắm, em à
thứ tha lầm lỗi lỡ va lưng trần
như ngày đây, đó bất cần
thầm lần gai nhọn, gỡ dần đỡ đau

Tôi cười, chẳng bảo chi đâu
máu tha thứ đã ngấm sâu tế bào
nuôi tôi khôn lớn nhường nào
và, vì sao phải gục đầu, phải không?

Tôi cười, dẫu rất long đong
bấp bênh hứa hẹn, xuôi dòng lãng quên
chỉ cười chút nữa thôi em
nhiều phen đối diện, khát thèm vô tư...

## Ngày vui có nghĩa tôi thôi chiều mình

Thản nhiên tôi giữa cuộc đời
nết ăn, ngủ cũng khác người trước, sau
tham lam trổ nhánh sáng màu
ghim vào da thịt, thèm câu nhắc mình

Ơn, hay tội đã lập trình
giờ ăn, giấc ngủ mang tinh quái về
trái tim bó gối bên lề
trung gian: lập dị, tên hề rỗi hơi

Từ đâu bất giác vọng lời:
– ngày vui, có nghĩa: tôi thôi chiều mình.

## Thà tôi sống cũng như ai

Tôi thà không biết văn chương
còn hơn tiều tụy, sực thương chính mình

Tôi thà thu hẹp góc nhìn
còn hơn tự bỉ mặt mình, đôi khi

Tôi thà nổi đóa, sân si
còn hơn thẳng hoặc đem chì chiết thân

Tôi thà nhất quyết một lần
còn hơn đau đáu: bao lần nữa... xa?

Thà câu chấm hết, rồi qua
hơn là ba chấm... thì, là, mà thêm.

# Đối thoại câm

Đời kênh kiệu: "Khi nào, mi chịu lớn?"
"để làm gì?", "khiêu chiến tiếp cơn đau"
hứng bình an rỏ xuống mầm gai nhọn
dè dặt trao từng giây phút ngọt ngào

Bạn đôn đốc: "Khi nào, yêu đương đến?"
có người thương, thôi lạnh buốt đôi tay
một góc nhỏ tìm về, thu thế cuộc
chỗ nương thân mềm yếu lúc trời đày

Người dài thượt: "Khi nao, vơi nặng gánh?"
đánh giấc dài dù mới chớm ngả lưng
tiền sinh sôi theo đua đòi vô tận
dám định danh từng cái bắt mặt mừng

Tim sốt vó: "Bao lâu, hai nhập một?"
chuyến thanh xuân từ khước vé hồng trần
trò chơi vốn không thơ như mộng tưởng
nên thương đau lấp ló bước tần ngần

Gương đối diện: "Còn điều chi để hỏi?"
bài học đầu, hạnh phúc giấu trong tim
hành trang mọn, dấu chân chim khóe mắt
dẫu ra sao, vẫn chỉ một im lìm

Ngày tròn mắt: "Hòa cùng chưa nhịp sống?"
rộng cửa lòng, đón nhận lắm chung, riêng
phơi chút sáng hiện lên dần mảnh khuyết
giữa bức tranh chuyên chở nỗi ưu phiền

Đêm vạn mắt soi hồn dày cô quạnh
đón phân thân, bản ngã vẹn nguyên hình
góc trái mọc nhánh kinh cầu, thú tội
đẩy buốt lòng vai diễn kẻ làm thinh…

## Khúc thêm cho thời gian

Giá được hóa thành con ếch nhỏ
Ngước lên chỉ thấy trời bằng vung
Đêm ngày tiếp nối như sau, trước
Chẳng vấn lo toan, trải mịt mùng

Thời gian lặng lẽ len từng kẽ
Một thoáng tay đưa... thoắt chuyển mình
Nhớ quên sốt vó, men hoài niệm
Dẫu thế, ngày mai vẫn lịch trình

Tương lai thúc hối dồn chân bước
Tàu đã vào ga đón ước mơ
Luân chuyển khát khao vươn vạn dặm
Còn chờ chi nữa, đến bao giờ?

Toa nuối thương nào chỗ trống không?
Ân tình nặng nợ níu gót chùn
Mịt mờ, ai chắc thôi tay vẫy
Khi cánh chim trời vượt bão dông.

## Thao thức trắng

Nửa khuya, trí nhớ trở mình
Con dao cùn lạng ngọt hình dáng xưa
Khúc quanh duỗi đoạn: xòe, đưa
Thời gian chững nhịp, góp ngu ngơ nhòa
Đêm, khêu ký ức lập lòa
Đôi tay úm gió chia xa điệu tàn

Cháy lên! Chểnh mảng đường trần
Bước chân dẫu mỏi, tần ngần: đứng, đi?!
Giật con mắt trái, hồ nghi
Cúi đầu tạ tội bờ mi van nài

Sương tan, bóng loãng rạng ngày
Thầm thì trắc trở đã đầy vũng đêm...

Gối mòn, một chỗ tôi riêng
Góc thanh thản đợi cõi phiền muộn tan
Nghe trong bóng xế ngả vàng
Tìm trong hoang phế ngổn ngang những tình...

**Thơ viết trong cơn say**

Tiền nhân nốc rượu làm nên chuyện
Ta chỉ say mèm, nhớ đấu đâu
Cái máu đa tình lên mẩn ngứa
Khắp mình chi chít nốt u sầu

Chả biết gọi ai vùi khốn khó
Mỗi người chút nhớ sớt chia nhau
Hôm nay nhắc lắm, mai chưa chắc
Còn nhín, nhường cho kẻ đến sau

Thi nhân: nỗi nhớ lên vần điệu
Ban phát con tim rộng nẻo đường
Mấy kẻ nể nang, thầm thán phục
Kẻ thèm đàm tiếu, lại... nhát gừng!

Rượu vào: thất chí như cơm bữa
Cơm lúc nhạt xen lúc mặn môi
Ta lười thuyên chuyển tâm trần tục
Vỗ tính phàm phu chán mới nguôi

Say rượu là khơi mầm dấm dớ
Hứng chí đọc thơ thết đãi đời
Cơn đau thức dậy, vươn mình muộn
Lỗi hẹn bình minh, ngắm tối trời

Đi đến đâu đều ra nỗi nhớ
Chạm đâu kỷ niệm cũng ùa về
Rượu hồng tim, chán chê tìm trí
Tín hiệu truyền sang ủ tỉnh mê

Lòng sao từ chối men dâng đến
Tình trước mặt: không động cũng vương
Bước chẳng đặng, dừng xem khó được
Thì đừng bảo chuyện quên người thương!

Người có của ăn cùng của để
Gã thi nhân quèn đếch có chi
Dăm ba vớ vẩn gom thành tập
Mong được xướng tên vượt hạn kỳ

Quê hương đổ máu, ta "dzô" mãi
Ly thấp, ly cao cúi rạp mình
Chén chú, chén anh van sụp mí
Để hay mình kém giữa ân tình

Than vãn thế thời mau tổn thọ
Đau tình, đoản mệnh sớm hơn ai
Chi bằng có bạn cùng ngồi nhậu
Có rượu, có mồi mướt đắng cay

Chếnh choáng giờ đây câu chữa thẹn
Tình nhọc nhằn, yêu nước khó xong
Muốn chi người trát sau tên tục:
Xa lìa nòi giống, thả mơ mòng

Nốc rượu: chính tà thôi phân định
Hễ chung chén xí xóa đời nhau
Từ tâm khơi dậy lời thơm thảo
Thù – bạn hòa theo gót lao đao

Thơ viết khi say thường thơ vụn
Đời – nhìn trân trối: mắt xốn, đau
Rượu nhòe đôi mắt thôi trông rõ
Cơn mê dẫn lối, tước thâm sâu…

# phần 3: Tự soi

- Phác họa tôi
- Mười một tiểu khúc tự soi

Bóng tôi (Sơn dầu trên giấy, 2014) | Tranh họa sĩ Đinh Cường

## Phác họa tôi

Tôi già hơn tuổi tôi mang
Hai màu tóc vội, tôi than thở: thừa
Không ưa nắng, chẳng thích mưa
Tôi sinh vào lúc trời vừa tin Xuân
Có đôi khi gặp mưa nhuần
Ướp trong từng sợi nắng thuần khiết năm

Đôi tay thừa giữa thăng trầm
Thiếu đi chút ấm, cũng ầm ừ quen
Căm căm len lén cài hiền
Tôi vô tư lạc bước miền lạc quan
Có gia đình vẫy tay ngàn
Đón chờ tôi ngả trận hoang mang đời
Có bè bạn sớt chia vui
Ẩn trong ly cối cay vùi những đau
Giờ, tôi chẳng ngoái về sau
Hình như thoáng thấy dáng đâu đây mời
Có cơn gió mở tay ngồi
Cho tôi chớm biết hương người quẩn quanh

Và, em đến thật hiền lành
Để tôi hiểu được tim mình nói chi!

(bài thơ trích từ tạp văn *Năm Tý, tản mạn ngày sinh nhật*, đã đăng trong Tạp chí Ngôn Ngữ số 5 – Xuân Canh Tý, 1 tháng 1 năm 2020; nhan đề được đặt khi đưa vào tập thơ).

# Mười một tiểu khúc tự soi

1.
Trước bao người con gái
Nên khép mộng hoang đường
Chưa chân tu, kiên định
Một mai dễ thầm thương.

2.
Lướt qua ngàn gương mặt
Ước nhận diện ra nhau
Dẫu vội vàng, che kín
Cái chào vẫn phía sau

Tôi quẩn quanh lối cũ
Mải mê với bướm, hoa
Lay mình hoài chưa dậy
Sực tỉnh, đã trăng già

Thơ tình – người bội thực
Tôi mòn gót men theo
Ngày vờn nhau khánh kiệt
Đêm khó giấc trong veo.

**3.**
Đừng gọi tôi "thi sĩ
Chớ mỹ từ "nhà thơ"
Khoan hò reo, tri kỷ
Sợ vô tình vết nhơ

"Thi sĩ" là nghề mọn
"Nhà thơ", xa cách người
"Thi nhân", liều lượng đủ
Đủ rong chơi hết đời

Tùy người yên vị phận
Tôi dễ tiếp thu lời
Nhưng vỗ ngực, ngoan nhận
Bật danh xưng… chắc thôi!

**4.**
Tình người ngầm hao hụt
Giữa vật giá leo thang
Lượng dâng không kỳ hạn
Mà mãi một hoang mang

Đám đông chìa ảm đạm
Vành môi nẻ câu cười
Viền tương lai rạn, vỡ
Xé toạc tương lai tôi.

5.
Chuyến tàu không giờ báo
Vé hành trình tượng trưng
Răn mình nên tử tế
Thiên Lôi siêng mắt trừng

Niềm vui rồi cũng cạn
Buồn hao hụt sang ngày
Chớp nhặt từng khoảnh khắc
Lưu dấu hành trang dày

Con đường thêm ngắn đoạn
Mắt thu tinh nhạy nhiều
Dẫu hết đời không hiểu
Bể dâu, là bao nhiêu?

6.
Người mang buồn xuống chợ
Kẻ ra sông rũ mình
Tôi vin vào con nắng
Thấy mình còn vô minh.

**7.**
Không thi đua hoa mỹ
Chẳng phấn đấu điểm tô
Tính tình khó chiều chuộng
Mất lòng, chả đắn đo

Ngôn từ kiêng đẽo gọt
Mặt mừng, thiếu tự nhiên
Tôi chưa được khéo lắm
Dễ sa vào kém duyên...

**8.**
Mỗi khi năng phát biểu
Hay đặt bút thêu tình
Hồ nghi chợt trỗi dậy
Chỉ tay, phải chính mình?

**9.**
Vết thương không cần máu
Cũng biết nhói, buốt đau
Bầm dập ngày tích tụ
Tương lai hẳn thâm sâu

Mặc hoan nghênh từ bỏ
Khuyên đặt để ngoài tai
Dù thi nhân, thi sĩ
Tôi vẫn người... như ai!

**10.**
Nơi tối tăm bậc nhất
Đã sẵn một chỗ ngồi
Và nơi lạnh lẽo nhất
Không ngoại trừ chính tôi.

**11.**
Thế giới này rộng lắm
Không muốn lớn nữa đâu!
Giá mà tim bé lại
Thôi thâu tóm lo âu

Bao dung dường eo hẹp
Mưu toan mở đường biên
Ngậm ngùi lùi quá khứ
Tính từ dè xướng tên

Ngủ đi, lòng đố kỵ
Say đi, thói lọc lừa
Mơ đi, vàn ham muốn
Quên đi, nết hơn thua
Ầu ơ... tham lam hỡi
Thao thức hoài chưa vơi...

Đã qua thời bé bỏng
Vẫy tay tuổi dậy thì
Giờ đây dần thấu được
Nhận, chưa chắc cho đi...

## phần 4: Tình trong mỗi bước qua

- Sinh nhật tháng Sáu
- Thời gian giăng mắc nỗi sầu riêng tôi
- Khúc thêm cho ngày xanh
- Nuôi người xanh giấc mơ
- Nhân gian rộng lòng em đâu có hẹp
- Em có bao giờ thử hỏi chưa
- Dấu chân
- Khi ngang qua thương đau

Tranh họa sĩ Khánh Trường

## Sinh nhật tháng Sáu

Tôi chưa can đảm với người
Nên khi chúc tụng, chỉ lời nói suông
Cây buồn, lá chẳng khiêm cung
Bồi chia ly đẩy mùa ung dung, rời

Cây buồn đến lá... tả tơi
Không xanh thêm nữa, cho đời quạnh hiu
Trời thôi thúc nắng phai nhiều
Tôi còn đứng bóng liêu xiêu cuối đường

Mừng em tuổi mới ngập ngừng
Không chiêng trống rộn tưng bừng thoát thai
Mừng em ngồi giữa vòng vây
Dù ngày mai tới chất đầy cô đơn

Mừng em gác tạm giận, hờn
Lánh phiền dụ khị, vui muôn lối về
Thắp lên em, sáng liền kề
Thổi đi em, tắt bộn bề lận lưng.

## Thời gian giăng mắc nỗi sầu riêng tôi

Em ngồi ngoan đây nhé
Hòa thinh lặng đất trời
Suỵt! Nghe đâu khe khẽ
Hình như nhịp tim rơi!

Ngồi xuống đây, em ơi
Nhẩm bấy lâu được buổi
Choàng ôm những buồn tủi
Cút bắt tình yêu chơi

Khay trời sẵn dọn rồi
Bày biện trăm xúc cảm
Cùng bao nhiêu lãnh đạm
Đừng tước phần niềm vui

Món vui nhấm nháp thôi
Sầu chia ngàn vị đắng
Dụ khị mời vành môi
Dù nay đương lạnh lắm!

Ngày mai có nắng ấm
Bước đường đời em qua
Tàn cây tôi úa già
Xanh xao tường rêu phủ

Đời người về chốn cũ
Hạt bụi mờ thinh không
Thân sinh ra từ cát
Sẽ trở về long đong...

## Khúc thêm cho ngày xanh

Chưa kịp giỗ giấc ngoan, hòa cuộc sống
chào khẽ khàng khi nắng rọi chưa cao
chân đáp nhịp, rủ ren dời ủ dột
theo áo cơm, mặc biến chuyển muôn màu

Em bé bỏng, dễ dàng tin sái cổ
ít hồ nghi, im đặt trọn lòng mình
ham nặng gánh cho mai kia, mốt nọ
như sợ buồn lạnh nhạt, sẽ làm thinh

Tôi tinh nhạy những điều em sắp kể
những điều em ưa góc cạnh tâm hồn
cơn trái khoáy chẳng hôm nao dè dặt
nối đuôi về nương gót chuyển hoàng hôn

Em giấu mặt, thu lu tìm góc nhỏ
có quên chăng trái đất vốn hình cầu
không trốn chạy, cam tâm nhìn thực tại
mỉm môi cười, tập đối diện thương đau

Ai hóa vàng gom mộng mơ, đừng trách
bới tro than còn ấm giữa hai tay
sàng hy vọng lẫn sinh nghi mục rữa
như thức ngon có mãi ai sẵn bày

Hay khóc lắm, phải không? Đừng nói dối!
sớm chân kề miệng vực thẳm mong manh
lung thế đứng, vin vào ai đáng chán
cơn thịnh tình chưa vẹn lá tươi xanh

Môi cất giọng than van người cách biệt
cô quạnh đời trong thế kỷ cô đơn
cô độc bước lối yêu thương lén trải
cỏ và hoa ăm ắp mở bên đường

Lắm sự dữ ở trần gian, em nhỉ?
cưu mang chi bọng dài, vắn u sầu
em gắng nhớ, một mai rồi mai một
vấn thời gian từng lọn đếm mưa mau

Xin trộm vía lần em vui tít mắt
để dịp sau nhắc nhớ phút giây này...

## Nuôi người xanh giấc mơ

Nuôi người ký ức xanh, trong
tôi gian dối, chịu; gánh gồng trả, vay
án treo lững thững sang ngày
mặt trời soi rọi nên hay cúi đầu

Nuôi người quen hắt hiu màu
sợ tay bó gối, bắc cầu vẩn vơ
người còn đó, chóng về chưa?
cuộc vui dẫn dụ quanh co nẻo đời
khép đi tiếng rộn ràng mời
thôi thâu chiêng trống khua lùi sớm mai

Nuôi người xanh ngát tương lai
niềm tin ký gửi, quàng vai não nùng
nối thêm hứa hẹn tháp tùng
trái tim vun bón lời ngừng ngập khêu

Nuôi người, tôi ấp bao nhiêu
có tha thứ vội, nuông chiều lãng quên
có khoan dung đẩy muộn phiền
cuốn trôi lầm lỗi triền miên vỗ bờ

Nuôi người, thinh lặng, ơ hờ
còn riêng một góc đêm, mưa kéo thầm...

## Nhân gian rộng lòng em đâu có hẹp

Nhân gian rộng, lòng em đâu có hẹp!
Đem vu vơ ban phát vạn con người
Rải cô đơn ươm hạt giống đâm chồi
Tôi màu mỡ trên từng vuông hứa hẹn

Sớm thấy mình ngày sau là trái ngọt
Nhưng hôm nay vẫn chưa nảy lên mầm
Biết đâu được những toan tính âm thầm
Đã nhầm lẫn con tim và… đá sỏi

Tính ham vui xuôi phận bèo trôi nổi
Nên trần thế mênh mông vẫn bất an
Máu bi quan ra dấu sớm quy hàng
Truyền tín hiệu khắp hang cùng mạch sống

Tình thế đứng, xuôi tay cười tham vọng
Thói bon chen nhen nhúm, chững khát khao
Những vọng âm khanh khách giết lớn lao
Đêm bưng mặt, giấu gì trong môi, mắt?

## Em có bao giờ thử hỏi chưa

Em hỏi rằng tôi cũng biết buồn
Xin thưa, nhân thế chẳng cần khuôn
Ai đem lồng kính, đo ni sẵn
Đóng vạn hài đi cả dặm trường?

Em có bao giờ cúi xuống tay
Hỏi duyên vô cớ ngắn chen dài
Huống chi chung nhịp cùng cầm, nắm
Vuốt lệ hoen từ khóe mắt cay

Tự hỏi vì đâu lắm lúc trông
Đêm ngày sáng tối quấn quanh vòng
Trời trăng từng giấc luân phiên ngủ
Ai gác cổng đời giữa khoảng không?

Nhật – nguyệt trần ai một chỗ, dành
Chỉ là vờ khép suốt trăm năm
Sớm mai bừng dậy soi dương thế
Ai có ngờ đâu chết chỗ nằm

Thử hỏi lòng tôi chất chứa gì
Theo dòng huyết mạch trổ hoài nghi
Tế bào băng giá phơi ngày tháng
Cợt nhẩn nha tờ lịch khắc ghi

Em có hôm nào đứng trước gương
Vội vàng soi mái điểm phong sương
Phôi pha quá khứ hoen hoài niệm
Kỷ niệm hành trình trượt dốc, buông

Cảm ơn lâu lắc lần em hỏi
Thấy nắng còn yên chỗ tựa đầu
Đông khất vào Nam, lời khách khí
Lạnh dè dặt thả giọt mưa mau

Cảm ơn đôi chút tim nhung nhớ
Cho tuổi rụt rè thoáng lớn thêm
Vậy đó, bỗng nhiên chùn mắc cỡ
Hỏi chưa, lòng sẵn một tên em!

### Dấu chân

*và đất Bắc*
dung núi rừng, nhiêu khê trùng trùng điệp
điệp trùng trùng hằn vẹn gót gian nan
đỉnh vòi vọi tay sao vừa tầm với
trong bước nhọc đã tắm giọng ly tan.

*và Đà Lạt*
gợn chia xa trong từng hơi thở lạnh
nụ hôn sâu chờ ấm giữa không gian
nơi quạnh quẽ, lắng thâu mầm hy vọng
hoang mang nào rẽ hướng một dung nhan.

*và ngoại thành*
thuộc đất rộng, đường no căng ảo vọng
tim dần dà cơi nới lối đi riêng
tình tin hin bơ vơ miền hư – thực
mọng môi nào sai quả ngọt chân vin.

*và Tiền Giang*
theo con nước hiền hòa ươm phẳng, lặng
người với người nương dòng chảy êm xuôi
từng đợt sóng hăm he ngày trỗi dậy
chợt dằn lòng: sao chia cắt cơn vui?

*về* Sài Gòn
không toan tính, quây quần cùng điểm hẹn
trái mơ ngon lủng lẳng ngọn hoang đường
ôm ấp vội âm thầm riêng cõi khác
giấc phiêu bồng chân sáo giữa ngàn hương.

*và Tôi*
vai vốn nặng hành tung soi lành, dữ
quen vác khuân lời đắng, ngọt vô hồn
trong hơi thở vừa nhen mùi dục vọng
thánh thần còn, tôi sẽ mãi cô đơn...

## Khi ngang qua thương đau

Dấu chân em mãi ngược dòng
mấy phen cảm động chen lòng nỗi đâu
lặng – nghe hí lộng dãi dầu
đằm đằm ngóng đợi thuở đầu đời trôi

Con sông nằm đấy, êm xuôi
vươn mình biển sớm chi muồi thở than
có còn nguyên vẹn dung nhan
hay dần giăng vết thời gian buổi nào

Thiên tai lấp ló nắng đào
tình thường núp bóng anh hào, trượng phu
em ngang qua cõi thực – hư
đừng quên về chốn vô tư, rũ mình.

## phần 5: Tập hót ngoài tầm

- Tự vấn
- Liên ngả đường ngây dại
- Xuôi chiều tự do
- Vòng vây chủ nghĩa
- Cách chi em buồn hơn tôi
- Những chiều của chúng ta
- Khúc tháng Sáu

Đi đâu về đâu (Sơn dầu trên bố) | Tranh họa sĩ Đinh Cường

## Tự vấn

Tôi không gọi tên tôi để biết mình tồn tại[3]
đã có người gọi trước tôi, từ lâu
không dễ dàng bước khác
giữa con đường lầy lội vết sâu

Tôi còn chờ chi...
cái chết rình rập sáng tạo
ngày vừa bội phản tuyên ngôn
bộn bề thức ngon bày biện
ngó quanh vắng mặt linh hồn

Những giấc mơ lang thang
sớm định hình phóng tầm vũ trụ

Quá khứ đối đầu mồ chôn
chuyển mình theo rắn đau lột xác...

---
[3] Ý thơ Thanh Tâm Tuyền (1936 – 2006) trong bài *PHỤC SINH*.

### Liên ngả đường ngây dại

Gió tiều tụy áp má em nóng hổi
bội tín vỡ vụn dưới mi
va ô cửa thức xanh tuyến lệ

Đừng mang trên người nhiều vết chai
ai cũng có quyền mâu thuẫn với chính mình
cả khi thành lũy vỡ vụn dưới chân
mặc dế cắn lưỡi lên tiếng kêu tuyệt vọng
(bài ca chưa lưu dấu tai người)
em nhé, thức tuyến lệ
như hôm nào còn bó gối nuốt ngược giữa lòng đêm

ai nhớ câu hứa hẹn
trong cao hứng cơn say
ai nối lời đóng cột
dài nợ chất ngất tù đày
nụ cười mắc cửi quanh co
đừng như nhành hoa héo
trong vây hãm cô đơn
ai dám chắc hẳn tàn dư tẻ ngắt
sau một giây chưa biết thế nào

đêm vừa ráo mơ hoang
tinh mơ bày đón đợi
những con tim tù túng
cưu mang môi khô dấu răng
những con người nhòe mắt
bước nhọc giữa lạnh căm
ai cũng một lần sống
sau vạn lần chết đi
cuộc người như chiếc ghế
chặng dừng tạm cuồng si
lời anh, em khó thấm
đôi lần đến rồi đi
em gắng sớm đứng dậy
chung nhịp đập sẵn bày

tóc xuôi miền ký ức
mềm tay vuốt nhòe hình
đời sống chẳng cùn mằn
nhìn đâu cũng nên thơ
mặc chỗ nào cũng mệt
cũng đăm đăm ánh nhìn
cũng săm soi chán ghét
(chắt mót nụ hiền lành
từ chĩnh lòng từ tâm)
khốn khó dềnh mặt nước
vẫn gạn được yêu thương

sao chưa nắm chặt tay
cho ngày mai xanh ngát
lập lòe im trí nhớ
môi vén tình lên chưa?

## Xuôi chiều tự do

Câu thơ vụt đến rồi đi
mang dư chấn dằn vặt trí nhớ
anh điềm nhiên vệt sao lóe đời thường
quen quỹ đạo, tùy nghi ứng biến
vuột khỏi tay rung động tình cờ
trầm tư muộn ngả vòm sao lấp lánh

Thơ hôm nay là ngói trần mình dưới Hạ
không hồi tưởng chấp chới cánh chim bay
bàn chân nóng trên nứt rạn hồn trần
chỉ lưu dấu cho kịp hơi thở mệt
viền môi run quãng đường kỷ niệm
từng khoảnh khắc ấm lòng ôm đá sỏi vô tri
kéo anh về hiện thực nhẫn tâm
làm tôi tớ cho yếu lòng, khắc khoải
trong trí tưởng vội vã in hình bóng
ngón tay thơm hạnh phúc nắm lưng chừng
sợi thần kinh xáo cảm giác, đan xen
anh lẫn lộn trên miệng cười, lòng khóc
những thiên thần có trở lại bao giờ
lợp mái nhà hạnh phúc cỏ khô

Nhớ câu thơ ngô nghê thời chập chững
nét dịu dàng trang lưu bút học sinh
giấu thương yêu bằng những lời quanh quẩn
thèm chân sáo cánh đồng gió vi vu
tiếng mớ đọng niềm vui đuổi bắt chuồn chuồn
bia miệng cực đoan dồn câu điệu vần vào chỗ chết
hung hăng mấy anh cũng về ẩn cư

Nghe thời gian vỡ giòn hàng răng sữa
anh vụn nhiều ngộ nhận vỡ trên môi
đau vật lộn gỡ mình trong trói buộc
rong ruổi miền sa mạc, lội rừng thiêng nước độc
chịu quy hàng bát ngát không gian
những câu thơ khiến lòng kinh ngạc
bước ra từ cay đắng tối tăm…

## Vòng vây chủ nghĩa

Trầm ngâm bắt gặp những ngày siêu thực hơn
                lời nhà lập thuyết
con bọ hung lăn chất thải muôn loài sinh nở,
                làm miếng ăn
tìm ánh sáng dưới văn minh nhân loại
nâng tầng trời bằng lớp vỏ xỉn đen
lệ long lanh là sương tan buổi sớm
cá cược: loại trừ, tồn tại, hư vô
em và anh là bài trí trong bức tranh tĩnh vật
bao xung quanh chủ nghĩa lạ ngôn từ
khi bấm bụng lèn tên vào cửa miệng
giữa huyên náo luận bàn định hình nhau

Rồi một mai chúng ta thành nô lệ điều hoa mỹ
đường giao thiệp đầy rẫy đổi thay
chiếc bàn tròn thiếu tâm điểm mắt dừng
phát ngôn đuối thâm sâu, nghĩa ẩn
câu hạt ngọc dè sẻn trao đi
môi thần thánh tự thân cách biệt

Sự sống vốn mang tiền đề cõi chết
anh thục mạng với lóng lánh chuyển mình
đời đáng chán vờn nhau khánh kiệt
mau mắn lọc mình trước khắc nghiệt thời gian
không cần thiết trang đời hùng tráng
đâu muốn thành huyền thoại dương trần lúc xuôi tay
xác ra tro, nói năng vô nghĩa
câu thỏ thẻ ấm lòng tâm sự
sao chưa sớm thương nhau…

## Cách chi em buồn hơn tôi

Tôi vẫn là tôi đấy thôi...
lời búa bổ có đâu hòa ác ý
nếp gấp thời gian trên vầng trán suy tư
có em, có nhỏ đặt cạnh những thực – hư
để thấy quanh mình còn trái ngọt

Chim rướn cổ hót lời đau rỏ mật
ai xui tay ném đá vào mênh mông
tôi đón nhận, đừng rơi trúng người sau
dù lở dở hy vọng bày trang sử

Tôi đếm tàn phai qua điểm tên bè bạn
vơi dần đi nương lá rụng theo mùa
tin kỳ hạn, sinh sôi và vuột mất
mà vẫn trồng đợi sai quả chẳng phân vân

Tôi vốn dĩ đứa trẻ mà to xác
khóc cũng nhiều, lượng chồng chất cùng năm
xưa vặt vãnh và thời gian tuyến tính
nay đọng tồn cả những chuyện chi đâu

Tôi lò dò vô định
mở buồng tim đón lành – dữ thường tình
tìm bất ngờ trong những lời cổ tích
giữa lạc quan củi mục rã trên tay
nụ cười chết khi cất tiếng chào đời
nới niềm tin hoài nghi đang kề cận
đời gắng dặm trang văn từng bước lớn
nhưng câu thơ khó gạn được chút hồn
mặc gượng sức kiệt hơi chấp chới
cách chi em buồn hơn tôi...

## Những chiều của chúng ta

1.
Trong buổi chiều có tôi và em
con ruồi mù hoàng hôn
tôi hay nói những điều vô nghĩa
không đầu
chẳng đuôi
nỗi nhạt phai đủng đỉnh mái nhà

Đôi bàn tay bên lề câu chuyện
bao giờ ta biết hết về nhau
ít dần điều để kể
việc hẹn hò biến thành nỗi lo
(mỗi tôi thôi)

Có nhiều cách nhìn thấy hạnh phúc
khi con tim không hiểu nổi mình
giữa bộn bề chuyện gặp nhau khó khăn
nụ cười hiếm hoi
tắt lịm gương mặt

2.
Trong buổi chiều có tôi và em
từng dấu hỏi theo mưa mềm con phố
mười ngón tay không giữ nổi giọt trời
điệu thở dài kẽo kẹt mắt môi
mấy khi lòng bình yên
cả đang cơn hạnh phúc

3.
Trong những ngày có em cùng dự cảm
đừng trút hết với tôi
biết đâu thành sự thật
một cánh bướm đủ vỗ thành bão dông
em con gái nuôi niềm tin thành có
hy vọng não nùng
chảy tràn theo tỉnh thức tôi trở mình
chẳng yên

4.
Trong buổi chiều có tôi và cơn mưa
chuyện tình mình không như trang viết
nếu dở dang là nét đẹp
mấy khi tôi kết câu!

5.
Không nương vào nước mắt
nghe lạc đàn gì đâu
trong buổi chiều dần xuôi về bóng tối
làm sao lừa dối được
lạc quan mình đã cạn

6.
Có lúc tôi nghĩ mình bạc nhược
cơn cuồng nộ không ngắt nổi bóng hình
người xưa.

## Khúc tháng Sáu

2.
Anh hiểu vì đâu lòng khoan dung còn chỗ đứng
khi cam tâm xê dịch trái mắt chiều
điểm duy nhất chứa niềm tin về muộn
hồ nước xanh ai sớm nhuộm rêu phong
anh đang sống giữa thân thuộc tù tội
vẻ dửng dưng chóng mặt lạ lùng
lửa đom đóm lụi tuổi thơ hồi ức
chẳng còn gì kể lại mai sau

Tim Bồ Tát nhiều phen rúng động
anh hỏi mình đang tim bão nội tâm
dòng thê thiết ì oạp đồ ập
Nguyễn có bao giờ chới với giữa muôn trùng
hai bàn tay vẫn thường mơ bướm lạ
cánh dang dài phủ trọn nắm ước mơ
còn thơ dại, khư khư gìn giữ nhịp
theo sương sớm thiên thần buổi tự do

Nguyễn biết chứ tự thân gặp gỡ
ẩn ly biệt tự lúc mới phôi thai
mà nghi hoặc là tưới tiêu, chất dưỡng
nuôi hồn trần mấp mé bến vui
Nguyễn dần lớn lòng khép từng cánh nhỏ
mỏng tin yêu, lụn rung động đầu đời
anh đường đột mượn tay người gõ cửa
cửa gõ tâm tình bằng vết xước hồi âm
dặm ác mộng ghim chập chờn mơ tưởng
trong chiêm bao hạnh phúc lén vun trồng
cơn dông tố cười hiền ý nhị
bất thình run giữa đêm sáng chưa tròn

Giọng tiên tri nghèn nghẹn đường ngôn ngữ
ngày cận kề mang dự cảm mỗi phương
mặt đối mặt, mắt tìm nơi trú ngụ
nghe lòng nhau trải tận phía chân trời
anh vốn biết nền thảm kịch giăng ngang đời
                          đáng chán
mỗi chương mình kể mãi hóa ra thừa
thoăn thoắt tay điều ánh đèn sân khấu
rọi sao vừa thăm thẳm mắt môi câm
anh nhiều phen làm hòa cùng cuộc sống
để có điều nói với Nguyễn ngát xanh
anh bắt tay, mà trong tay đủ đầy những vết sâu
                          cằn cỗi
gánh an bài dòng chảy đổi dời siêng
anh vẫn vậy ngoài vòng vây nhân loại
không bắt kịp điệu thở gấp đôi khi

Anh vốn thế, ì ạch lê từng bước
còng tấm lưng quét lá thế lui cui
hướng tâm điểm vào khói hương thoang thoảng
nhác sì sụp, cúi luồn vội vã quay
cái khúm núm thôi sợ chi bắt gặp
tự bao giờ anh xóa mình trên bảng vàng
                                thanh danh
ngó lắm kẻ thạo đời bày toan tính
trang sức mình lộng lẫy nổ con ngươi
mười lóng xương lửa rực mưu mẹo
ám ảnh anh đôi mắt quắc đê hèn
lưỡi lươn lẹo, môi biết trò vũ điệu
sớm đưa mình ngoài nghĩa địa ngủ say.

4.
Tên tử thần đánh hơi kẻ cô đơn thần trí
thói bám đuôi thu nhận lứa phục tùng
sợ mục ruỗng: tìm đắp bồi, bờ bãi
lối thênh thang vơi khăng khít chia lìa
khuôn yếm thế đồng nên hình, nên dạng
ảo ảnh giờ xúc động giả luân phiên
anh chối khéo với tình thương nhân loại
vỡ ra nhiều lẽ sống... lâm ly
mà bi – hài là mục tiêu đánh tráo
đổi vai nhau cổ võ nhiệt thành
hay hỏi han kẻ vừa ngã ngựa
mà hân hoan long đầy cảm thông.

5.
Sang ngày mai đời đâu ai biết được
nên ít khi anh nghiêm túc bao giờ
độc diễn trò ruồi nhặng mặt anh soi rọi
chùn khước từ – sự thật đành núp bóng,
                                thu mình... đau

6.
Chiều vẩy lá bóng gió điều triết học
Nguyễn lỡ tin và Nguyễn đã tin
tin hạnh phúc không bao giờ có thực
nhen im lìm giấu lối đi ảm đạm
mẩu thiên đàng lả tả nương tháng Sáu
                                  mưa bay...

(trích)

# Đọc *Gom Nhặt Thành Con Sông* (2018)

**Luân Hoán**

Sách dày hơn 100 trang, gồm 70 bài thơ nhiều thể loại, không cách tân hình thức. Tác giả là người làm thơ có tuổi đời đang phơi phới thanh xuân. Với con số 21, cái tuổi vừa đủ quyền vào sòng bạc, nếu đến vui chơi ở các casino tại Hoa Kỳ hoặc Canada. Có thể cũng như tôi trong thời đã qua, Vy Thượng Ngã đã biết hút thuốc, uống rượu, cầm tay và hôn hít người khác phái. Chẳng phải thơ nhờ những xuất sắc này mà có. Nhưng cũng không nên phủ nhận nhờ những linh tinh tinh túy này để vần điệu sớm thăng hoa hơn.

Tôi nghĩ cũng có người cắc cớ thắc mắc tác giả đã "gom nhặt" những gì để "thành con sông"? Và con sông của người giàu yêu thương, chất lượng có khác hơn tình và thơ?

Viết đến đây, tôi giật mình đọc ngay mục lục. Thật may, tác giả không dành bài thơ nào để định nghĩa hoặc giải thích. Nghệ thuật quả khó đặt tên. Tình cảm trong lòng, ý thức trong trí tưởng, cũng khó nằm gọn trong những câu chữ. Tên gọi một bài thơ vốn khó nói cho cùng, nên đặc điểm của thơ Vy Thượng Ngã ở chỗ đa số là "Không Đề".

Dù giãi bày tâm sự, nhận định phê phán cuộc sống ra sao, nhà thơ trẻ tuổi này đã có những câu viết thật thú vị, không thể không nhìn nhận là thơ. Tôi xin trích một số câu để cụ thể giới thiệu đến bạn đọc. Xin cảm ơn anh, đã làm thơ, Vy Thượng Ngã.

*Đôi khi nắng có mưa bay*
*Lòng em biết có ta ngày nào không?!*
(Không đề 1)

*Ta nặng mang lỉnh khỉnh thứ trên lưng*
*Oằn gian truân theo đường cong cột sống*
(Đôi mươi rồi mở lòng đi em nhé)

*Chỉ nhắc tên Em là thấy Tết*
*Ngồi đây bóng xế lắm u hoài*
*Ngày chia chi bóng cho đêm tủi*
*Đời sớt xuân thì, bé bỏng vơi.*
(Tết và Em)

**Lê Hoàng Tuấn Kiệt**

Nhận thi tập của thằng em, từ Thủ đô miền Nam gửi đến, với tấc lòng bát ngát mênh mông.

Chả biết thơ đeo đẳng, bám lấy Vy Thượng Ngã hay Vy Thượng Ngã đeo đẳng, bám lấy thơ? Nhẽ nói kiểu nào cũng đúng.

Tôi vốn mẫn cảm với thơ, nhưng có thể chưa như nó, cũng chưa thấy ai như nó, yêu thơ, say thơ, mê mẫn thơ đến cùng kiệt. Nhiều lúc, muốn nhắn nhủ với nó, rằng hay thì thật là hay, nhưng mày đang dấn thân vào địa hạt đầy rẫy ưu phiền đấy em ạ. Rồi thôi, nghĩ lại thấy mình vô duyên, nên xí xóa.

Đời người ai cũng chỉ sống một lần, ai cũng chỉ một thời trẻ trai. Cái tuổi 21-22 xanh rờn nhựa sống như nó, nếu qua đi là chẳng bao giờ trở lại. Vậy thì cứ lao đầu vào đam mê, cứ cuồng quay theo con chữ, cứ kiên gan đương đầu bất trắc, em nhé.

Thi ca vốn là con đường thiên lý gập ghềnh dẫn về vô định. Em đã trót bước chân vào con đường ấy, ném mình vào cát gió tục lụy, chỉ vì yêu cái đẹp, vì một mỹ cảm diệu vợi nào, để rồi cứ tận hiến, cứ mải mê, cứ đa sầu đa cảm lần hồi.

Nhưng em ơi, chả phải thi ca cũng là một mỹ cảm hay sao, chả phải ông Phùng Quán có những phút ngã lòng muốn vịn câu thơ mà đứng dậy hay sao, thì em cứ khảng khái, cứ kiêu bạc mà vịn thơ, vịn cái đẹp ấy để ngạo nghễ với dương trần.

Biết nhau qua Facebook, chưa một lần hạnh ngộ ngoài đời thực, nhưng tình cảm rạt rào như thể duyên nợ ba sinh.

Nó nhắn, chờ dịp ngồi nhậu cùng anh. Cố nhiên rồi em ơi, anh mong lắm thay ngày đó, cái ngày mình ngồi quán xá giữa Thủ đô miền Nam, nâng chén rượu, sẽ uống đến lãng quên đời. Nói chuyện thi ca, về Vũ Hoàng Chương, Đinh Hùng, Tô Thùy Yên của anh, về Nguyễn Tất Nhiên, Nguyên Sa, Du Tử Lê của em.

### *Từ tác giả*

Thấm thoát đã hai năm... Chớp mắt rồi sẽ như câu thơ của Tô Thùy Yên: "Mười năm chớp bể mưa nguồn đó" (*TA VỀ*).

Trưa, hắn nhắn tin với một người anh về sách vở, bỗng nhiên anh nhắc đến tập thơ *Gom Nhặt Thành Con Sông*, gợi ý hắn chừng nào có điều kiện lẫn thời gian thì hãy cho tái bản – bổ sung (lược những chữ ngợi khen), để càng nhiều người tiếp cận được nó càng tốt – hắn bồi hồi lạ!

Hắn tin, hầu hết người viết đều nhọc nhằn đấu tranh tâm lý, bởi sự tồn tại hai luồng cảm xúc đối lập từ việc đọc rồi chia sẻ tác phẩm của mình: chúng sẽ trỗi mạnh mẽ, hay âm ỉ tại các không – thời gian khác nhau; hoặc chỉ một tích tắc, cái chớp mắt đã đổi thay mọi nhận xét, suy nghĩ cá nhân. Hắn không nằm ngoài quy luật phi lý muốn hiểu cũng khó mà hiểu được. Hắn ôm mớ hỗn độn thơ thẩn, nơi nào có ánh sáng, hắn xoay người né tránh. Việc chọn lựa đối tượng cho hắn trưng trổ vẻ mặt tự tin đầy hứng chí nói về thơ mình, hay làm nét ủ dột ra dáng đáng bận tâm chi những bài thơ đó, tựu trung hai điều nổi rõ trong thơ hắn: hình thức (khuôn khổ, vần vè nhịp nhàng), nội dung (thơ tình).

Chẳng rõ từ lúc nào, hắn lại sinh nỗi thẹn mình viết thơ vần điệu, thành thử phải giấu nhẹm; nên hắn không [muốn] nhắc về tập thơ này, thậm chí hắn phủi nhận chuyện mình làm thơ nhỡ được giới thiệu với những người bạn mới, bằng cách luôn chống chế rằng giờ hắn chuyên tâm viết truyện rồi – kể ra hắn hèn ấy chứ! Dẫu tình yêu trong thơ hắn là sản phẩm kết tinh từ khối óc (lý trí) hơn là con tim (rung động phát xuất từ cảm xúc thật), nhưng cái nguyên do thứ hai chiếm ưu thế ở thơ hắn húc hắn đau nhói cúi người trước các tác giả viết từ những điều bình dị cuộc sống đời thường sang những điều lớn lao, cao cả (gắn với thân phận mỗi cá nhân, dân tộc, Tổ quốc, thậm chí vươn tầm thế giới). Đề tài tình yêu, đi từ cái tôi cá nhân, cũng quen thuộc, bình dị, nhẵn mặt kiếp người, ấy thế có khua chiêng trống, có hô hào, có được sự đón nhận cỡ nào rồi sẽ ngự góc trái người viết – nơi nó đã bước ra, giờ đây cần trở về sau quá trình phơi bày trước bao người.

Lâu lâu hắn viết đôi ba câu thơ tự do, làm dáng nội dung một tí, gom góp cũng được năm bảy bài, tự trào cũng có tiến bộ, biết tự làm mới mình.

Viết đôi dòng nhắc nhớ thành quả bị ruồng bỏ, hắn mong những ai có được nó, hãy giữ giúp hắn, thi thoảng [nhớ] gửi đôi dòng nhận xét đến hắn rằng có thể tác giả không [muốn] nhớ nhưng người khác sẵn lòng nhớ. Như thế đủ lắm rồi...

### Từ bạn [hơi] thân

Bạn [hơi] thân 1: Vẫn chưa thấy bản in đầu đâu. Mới được tin hắn cho tái bản cuốn thơ ở phút thứ 90 khi hắn đã lo êm xuôi và chuẩn bị mang đi in. Mạnh miệng bạn thân đó!

Bạn [hơi] thân 2: Ghét thơ, nói chung cho thì cũng ậm ừ nhận vậy.

Bạn [hơi] thân 3: Có giờ cuốn sách dạng bản thảo sắp in để kiểm tra lần cuối, xem như hân hạnh được lật qua lật lại mấy lần trước cả thiên hạ. Bìa đẹp, giấy tốt, đủ số sang, cầm nặng tay. Hình thức chỉn chu, cỡ chữ vừa mắt, khoảng cách dòng trên và dưới vừa vặn. Tạm thời chưa bói ra được lỗi chính tả nào, nhưng chắc chắn có sách rồi sẽ dùng kính lúp soi đợi cười vào mặt tác giả sớm nhất có thể! Tất tật gì cũng ổn trừ chân dung tác giả trông khá khó ưa!

Bạn [hơi] thân 4: Gì? Thơ nữa hả?!

...

Những tiếng nói đồng điệu khác: Khi nào ra truyện ngắn sẽ mua và đọc.

Liên lạc Tác giả
**Vy Thượng Ngã**
nguyenquocvy617@gmail.com

Liên lạc Nhà xuất bản
**Nhân Ảnh**
han.le3359@gmail.com
(408) 722-5626

www.ingramcontent.com/pod-product-compliance
Lightning Source LLC
Chambersburg PA
CBHW021424070526
44577CB00001B/55